பின் சீட்

ஜெயந்தி சங்கர்

சிறுகதை, நாவல், மொழிபெயர்ப்பு என்று பல தளங்களில் இயங்கிவரும் எழுத்தாளர். பல்வேறு மொழிபெயர்ப்பு முயற்சிகளிலும் ஈடுபட்டு வருகிறார். பல சிறுகதைத் தொகுப்புகளில் இவரது சிறுகதைகள் இடம்பெற்றுள்ளன. 'நியாயங்கள் பொதுவானவை' என்ற சிறுகதைத் தொகுப்பு 'அரிமா சக்தி விருது 2006' சிறப்புப் பரிசு, 'மிதந்திடும் சுயபிரதிமைகள்' நூலுக்கு 'நல்லி - திசையெட்டும் (மொழியாக்க) இலக்கிய விருது 2009', 'மனப்பிரிகை' நாவலுக்கு - அரிமா சக்தி 2008 (சிறப்பு) விருது உள்ளிட்ட பல பரிசுகளும் விருதுகளும் பெற்றுள்ளார்.

ஆசிரியரின் நூல்கள்

சிறுகதைத் தொகுப்புகள்

1. நாலேகால் டாலர் (2005)

2. பின் சீட் (2006)

3. நியாயங்கள் பொதுவானவை (2006)

4. மனுஷி (2007)

5. திரைகடலோடி (2008)

6. தூரத்தே தெரியும் வான்விளிம்பு (2010)

நாவல்கள்

7. வாழ்ந்து பார்க்கலாம் வா (2006)

8. நெய்தல் (2007)

9. மனப்பிரிகை (2008)

10. குவியம் (2009)

கட்டுரைத் தொகுப்புகள்

11. ஏழாம் சுவை (2005)

12. பெருஞ்சுவருக்குப் பின்னே (2006)

13. சிங்கப்பூர் வாங்க (2006)

14. ச்சிங் மிங் (2009)

15. கனவிலே ஒரு சிங்கம் (2010)

குறுநாவல் தொகுப்பு

16. முடிவிலும் ஒன்று தொடரலாம் (2005)

மொழிபெயர்ப்பு + தொகுப்பு

17. மிதந்திடும் சுயபிரதிமைகள் - சீனக் கவிதைகள் (2007)

நூல் மொழிபெயர்ப்பு

18. சூரியனுக்கு சுப்ரபாதம் (2007)

வாழ்க்கை வரலாறு

19. இசையும் வாழ்க்கையும் (2007)

சிறுவர் இலக்கியம்

20. மீன் குளம் - சிறார் சீனக்கதைகள் (2008)

பின் சீட்

ஜெயந்தி சங்கர்

கிழக்கு

பின் சீட்
Pin Seat
Jeyanthi Sankar ©

First Edition: December 2006
Kizhkku First Edition: July 2017
144 Pages
Printed in India.

ISBN: 978-93-86737-02-1
Kizhakku - 1008

Kizhakku Pathippagam
177/103, First Floor,
Ambal's Building, Lloyds Road
Royapettah, Chennai 600 014.
Ph: +91-44-4200-9603

Email : support@nhm.in
Website : www.nhm.in

kizhakkupathippagam
kizhakku_nhm

Author's Email: jeyanthisankar@gmail.com

Kizhakku Pathippagam is an imprint of New Horizon Media Private Limited

என் முயற்சிகளில்
நம்பிக்கைகொண்டு
எனக்கு ஊக்கமளித்ததுடன்
நல்வாய்ப்புகளுமளித்த
நண்பர்கள் / படைப்பாளிகள்
அண்ணா கண்ணன் மற்றும்
மதுரபாரதி இருவருக்கும்
மிக்க அன்புடன் இந்நூல்...

உள்ளே

~

அம்மா பேசினாள்

~

ஒரு வாரமாய் வீட்டில் நிரந்தரமான மெல்லிய எண்ணெய் நெடி. சமையலறையில் டின் டின்னாக முறுக்கும் மிக்ஸரும் உற்பத்தியான படியிருந்தன. 'எங்க பாட்டி சொல்லுவா, ஒரு தடவ தட்டிப் போச்சுன்னா தொடர்ந்து நாலு வருஷம் தட்டும்னு... சரியாத்தான் இருக்கு. பாரேன், நாலு வருஷமா நம்மாத்துல தீபாவளியே கொண்டாடல. இந்த வருஷம் எல்லாருமே கூடியிருக்கறதே மனசுக்கு ரொம்ப நெறவா இருக்கு இல்ல...' அமெரிக்காவிலிருந்து நேற்று வந்திருந்த அண்ணாவுக்குப் பிடித்த அசோகா அல்வாவைக் கிளறிக்கொண்டே அம்மா ஹரிணியிடம் சொல்லிக் கொண்டிருந்தது கிரியின் காதில் விழுந்தது.

தீபாவளி மருந்து, வெந்நீர், எண்ணெய்க் குளியல், கோடித் துணி, மத்தாப்பு என்று அம்மாவின் பேச்சு பல திக்கிலும் விரிந்தது. பட்டாசு கொளுத்த முடியாத சிங்கப்பூரின் சட்டத்தை விமரிசித்தாள் தன் பெண் வயிற்றுப் பேரனுக்காக. அந்த ஏழு வயது வாண்டு கையில் மத்தாப்புடன் அங்குமிங்கும் ஓடிக் கொண்டிருந்தது. கிரி வீடு திரும்பியதில் அம்மாவுக்கு மகிழ்ச்சிதான். இருந்தும், அவனிடம் மட்டும் ஏனோ இன்னமும் சரியாக முகம் கொடுத்துப் பேசவேயில்லை. கிரி ஜெயிலுக்குப் போனதிலிருந்தே அப்படிதான்.

மூவரில் கிரிதான் படிப்பில் புலி. அப்போது அவனுக்கு ஒன்பது வயது. பத்தாம் வகுப்புப் படித்துக் கொண்டிருந்த மூத்த அண்ணாவை இந்தியாவிலேயே விட்டுவிட்டு ஹரிணியையும் கிரியையும் மட்டும் சிங்கப்பூருக்கு அழைத்து வந்திருந்தனர். இரண்டரை வருடங்கள் தேசிய சேவையில் போய்விடும் என்று அப்பாவும், பிள்ளை

முகாமில் கஷ்டப்படக் கூடாது என்று அம்மாவும் நினைக்கவே கிரிக்கு நிரந்தரவாசத் தகுதிக்கு விண்ணப்பிக்கவில்லை. உயர்தரத் தனியார் பள்ளியில் மாதா மாதம் நூற்றுக்கணக்கில் வெள்ளிகள் செலவு செய்து படிக்க வைத்தனர்.

கடைக்குட்டி என்பதால் மூன்று பேரில் அம்மாவின் செல்லத்தை அதிகம் பெற்றவன் கிரி. அவனுள் இருந்த போர்க் குணம் மற்ற இருவரையும் விட நன்றாகப் படிக்க அவனுக்கு உதவியது. ஒரே ஒரு மார்க் குறைந்தாலும் கொளுத்திப் போட்ட பட்டாசாக வீட்டில் வந்து வெடிப்பதும், அவனை முந்திக் கொண்டு விட்ட மாணவனைக் கண்டு பொறாமைப்படுவதும் வயது கூடக் கூட அதிகமானது. அம்மா அவனது முன்னேற்றத்துக்கு உதவுவதாக நினைத்து அவனது வேகத்தை வளர்க்க உதவினாள். கிரியின் அந்தக் குணங்கள் பேராசையில் போய் முடியுமென்று அந்நாளில் அவளே நினைத்திருக்க மாட்டாள். நல்ல வேலையிலும் அமர்ந்து நான்கு வருடங்கள் ஆனது. கிரியின் பேராசையே உச்சியை எட்ட குறுக்கு வழியைத் தேர்ந்தெடுக்கத் தூண்டியிருந்தது.

'ம், சொல்லு கிரி... அடுத்து என்ன பண்லாம்னு இருக்க?' என்றபடி கிரியின் அருகே சோபாவில் உட்கார்ந்து கொண்டான் அண்ணா. பத்தே நாளைக்குக் குடும்பத்தை விட்டுவிட்டு அம்மாவின் பிடுங்கலுக்காக வந்திருந்தான். 'என்னோட நியூஜெர்ஸிக்கு வந்துடடா' என்னும் வழக்கமான அவனின் வாஞ்சை காணாமல் போயிருந்தது. 'ம், ஃப்ரெண்டோட நேத்தி க்கு பேசிண்டிருந் தேண்ணா, ஒரு 'ட்ராவல் ஏஜென்ஸி' ஐடியா வச்சிருக்கான். ஆக்சுவலி டோங்க் ஹுவா...' என்று முடிக்கும் முன்பே, 'யாரு? ஆறு மாசம் முன்னாடி வெளில வந்தான்னு அப்பா சொல்லிண்டிருந்தாரே... அவனா?' பட்டென்று எழுந்துகொண்டே பேச்சை வெட்டினான். நிச்சயமின்றித் தலையசைத்த கிரியை முறைப்பின் மூலமே சுட்டெரிக்காத குறையாகப் பார்த்துவிட்டு மளமளவென்று மாடிக்குப் போய்விட்டான்.

டோங்க் ஹுவாவும் அட்னனும் இல்லாவிட்டால் இன்றைய கிரியில்லை என்று அண்ணாவுக்கு எங்கே புரியப் போகிறது. அவனே தம்பியைப் பற்றித் தாழ்வாக நினைக்கும்போது மன்னி மட்டும் புரிந்துகொண்டு சிங்கப்பூருக்கு வந்து மச்சினனை வாழ்த்திவிடவா போகிறாள்?

அண்ணாவின் பேச்சைக் கேட்கவென்று சில நிமிடங்கள் தன் வாய்க்கு ஓய்வு கொடுத்திருந்த அம்மா 'ஹரிணி, யாருடி அது 'டொங்க் ஹுவா'?' என்று குரலைத் தாழ்த்திக்கொண்டு கேட்டது கிரியின்

காதில் விழவே செய்தது. ‘அவனோட ஜெயில்ல இருந்த ‘செல்மேட்’ மா...’ என்றதுமே பேச்சை மாற்ற நினைத்தோ என்னவோ ‘இத நான் பாத்துக்கறேன். நீ அந்த ஏலக்காய உரிச்சு, ரெண்டு ஸ்பூன் சக்கர சேத்து மிக்ஸில பொடி...’ என்று ஏவினாள் அம்மா பெண்ணை.

மிக்ஸியின் ஓசையில் சமையலறைப் பேச்சும் தடைப்பட, கையிலிருந்த ‘த ஸ்ட்ரெய்ட்ஸ் டைம்’ஸை மேசையின் மீது வைத்து விட்டு ஜன்னலையடைந்தான். தீவின் கிழக்குப் பகுதியில் அமைந்திருந்த மிகவும் உயர் ரகத் தனியார் அடுக்கு மாடி வீடு. அப்பாவின் சொந்த வீடாய் இருந்து கிரியின் வழக்கு, அபராதம், வங்கிக்குக் கொடுக்கப்பட்ட ஈட்டுத் தொகை என்ற காரணங்களுக்காக அவசரமாய் நட்டத்திற்கு விற்கப்பட்டு, அதே வீட்டில் வாடகைக்கு இருக்கும் நிலை. பதினைந்தாவது மாடியிலிருந்து தூரத்தே தெரிந்தது சாங்கி சிறைச் சாலை, இருள் திரையில் ஒளிப் புள்ளிகளால் ஆன ஓவியமாய். நான்கைந்து வருடங்களுக்கு முன்பு யார் நினைத்திருப்பார், அதனுள் அவனின் வாழ்வின் நான்கு வருடங்கள் கழியப் போகிறதென்று.

தண்டனை விதிக்கப்பட்டு ‘வொய்ட் காலர் க்ரைம்’ என்ற முத்திரையோடு கிரி உள்ளே போனதிலிருந்து அவனை டோங்க் ஹுவா முதலில் விலக்கியே வைத்திருந்தான். அட்னன்தான் லொடலொடவென்று பேசித் தள்ளினான். அவனுடைய பேச்சு ஆரம்பத்தில் எரிச்சலைக் கொடுத்தாலும் கிரிக்கு நாளடைவில் வேண்டித் தானிருந்தது. மூன்றாவதாக வியாபாரத்தில் கூட்டுச் சேர்ந்தவனின் சூழ்ச்சியால் சிறைக்கு வந்திருந்தனர் இருவருமே. தன்னை விட அவர்களது நிலை பரிதாபத்திற்குரியதென்று கிரி உணர்ந்தான். பழக்கமேயில்லாத உடலுழைப்பு அவனுக்கு மிகுந்த ஆயாசத்தைக் கொடுத்தது.

குழையாமல் பதமாக மல்லிகைப் பூவாய் வடித்தெடுத்த அம்மாவின் பச்சரிசிச் சாதத்திற்கு நேர் எதிராய், கால்வாசி வெந்த அரிசியை சாதமென்று பரிமாறினர். சைவ உணவென்று கேட்டதால் வெந்நீரில் போட்டெடுக்கப்பட்ட பெரிய இலைகள் கீரையென்று கொடுக்கப் பட்டன. அவனின் ஜீரணக் குழாய் ‘வன்முறை’ என்று முதல் சில நாட்களுக்கு அலறலாய் அலறிப் பிறகு வேலை நிறுத்தமும் செய்து பார்த்தது. ஒரு மாதத்திற்குப் பிறகே வேறு வழியில்லாமல் பழகத் தொடங்கியது.

அம்மாவின் சமையல் அருமை அப்போதுதான் கிரிக்குத் தெரிந்தது. மோர்க் குழம்பென்றால் உடன் பருப்புசிலியென்றும், வெங்காய சாம்பார் என்றால் உருளைக் கிழங்கு ரோஸ்ட் என்றும் கிரி ஆசைப்

பட்டதையெல்லாம் இடுப்பொடியச் சமைத்து அவன் நாக்கைச் செழுமையாக அம்மா வளர்த்திருந்தாள். சீரக ரசத்துக்குப் பருப்புத் துவையல் செய்யவில்லையென்று அடம் பிடித்து, அவன் டேபிளில் சாப்பிட உட்கார்ந்த பிறகு விறுவிறுவென்று பருப்பை வறுத்து அரைத்துப் பரிமாறிய அம்மாவின் துவையலுக்கு நாக்கு ஏங்கியது. தொடர்ந்து, 'இப்பிடி பண்ணிப்போட்டே அவனக் கெடுக்கற விசாலம் நீ...' என்ற அப்பாவின் குரலும் காதுகளில் எதிரொலித்தது.

வீட்டு அறையில் துடைத்துப் போட்ட துண்டிலிருந்து அவிழ்த்த ஜட்டி முதற்கொண்டு எல்லாவற்றையும் அப்படியே விட்டுவிட்டு பள்ளிக்கும் கல்லூரிக்கும் போய்ப் பழக்கப்பட்டவனுக்குத் துணி துவைப்பது என்பது நினைத்துப் பார்க்க முடியாததாய் இருந்தது. ஆண்டியான அரசன் பிச்சையெடுக்கத் தெரியாமல் தவித்த தவிப்பு. 'ஏம்மா, இந்த தடியனுக்கு அவிழ்த்துப் போட்ட துணிய வாஷிங் மெஷின்ல போடக்கூட முடியல்லியா? இவன நீ பேசாம என்.எஸ்ஸுக்கே (தேசிய சேவை) அனுப்பியிருக்கலாம்மா. டிசிப்ளினாவது வந்திருக்கும்...' என்று எப்போதும் படபடக்கும் ஹரிணிக்கு 'ஒன்னால முடிஞ்சா செய், ஒடனே கெடச்சது சாக்குன்னு அவனக் கரிக்காத' என்றுதான் பதில் கொடுப்பாள். அம்மாவாச்சு, பிள்ளையாச்சு என்று முணுமுணுத்துக்கொண்டே ஹரிணி கிளம்பிப் போய்விடுவாள்.

சிறையில் துளியும் பழக்கமேயில்லாத லாண்டிரி செக்‌ஷனில் முதலில் வேலை கொடுக்கப்பட கிரி முழித்தான். அப்போது டோங்க் ஹுவாதான் தன் வேலையை முடித்துவிட்டு கிரியின் வேலையைப் பகிர்ந்துகொண்டான். ஒரே மாதத்தில் லாண்டிரி பழகியதும் சமையலறை வேலை கொடுக்கப்படவே, அங்கு மறுபடியும் கண்ணைக் கட்டிக் காட்டில் விடப்பட்டவனாய்த் தவித்து அட்னனின் உதவியால் மெதுவாகப் பழகினான். அங்கு சமைக்கப் பட்ட அசைவ பதார்த்தங்களின் நாற்றத்தைச் சகிக்கத்தான் அதிகமாகச் சிரமப்பட்டான்.

கம்பிகளின் பின்னே யோசிக்க நிறையவே நேரம் கிடைத்தது. இருந்தும் கிரி ஆரம்பத்தில் தன்னிரக்கத்தில் தன்னைத் தவிர மற்ற எல்லாரையும் எல்லாவற்றையும் குற்றவாளியாக்கிக்கொண்டே யோசித்தான். இதனால், கழிவிரக்கம் மிகுந்தது கண்ணீர் வரும்வரை. பெற்றவள் முதல் எல்லோரையும் மனதிற்குள் தன் நிலைக்கான காரணமாகக் கற்பித்துக்கொண்டு மற்றவர் மீது காழ்ப்புணர்ச்சியை வளர்த்துக்கொண்டான். அம்மாவின் செல்லம் கொடுத்த மகிழ்ச்சி மறைந்து அது அவள் தன்னைச் சரியாக வளர்க்காமல் காட்டிய அலட்சியமென்றே நினைக்கத் தலைப்பட்டான்.

ஒவ்வொரு மாதமும் ஹரிணி மட்டுமோ அல்லது அப்பாவும் ஹரிணியுமோ வந்தனர். அம்மா மட்டும் வரவேயில்லை. ஹரிணி தன் புக்ககத்திலிருந்து நேராக வந்துவிட்டு திரும்பும்போது பிறந்த வீட்டுக்குப் போய் அம்மாவிடம் விவரம் சொல்வாள். கிரிக்கு அப்போது இருந்து வந்த எண்ணத்திற்கு இசைவாய் அவளின் 'குற்றவுணர்வு' என்றே தோன்றியது. உண்மையில் செல்லப் பிள்ளையான அவனை அந்த நிலையில் காண அவளுக்குத் துணிவில்லை என்று விளக்கிக் கூறியதே அட்னன் தான். டோங்க் ஹுவாவும் அவனுமாகப் பேசிப் பேசிக் கரைத்தனர் கிரியின் மனதை.

கவனமாகவும் நேர்மையாகவும் இருக்கும் ஒருவனைச் சூழ்நிலையும் சுற்றமும் உற்றாரும் சிறைக்குள் தள்ள

முடியாது என்னும் ஞானம் பிறக்க கிரிக்குப் பல மாதங்கள் எடுத்தன. முழுக் காரணமும் 'தானே' என்று உணர்ந்து, அம்மாவைக் காணத் தனக்கிருந்த விருப்பத்தையும் எழுதி ஹரிணியிடம் கொடுக்கச் சொன்னது அட்னன்தான். விடுதலையான பிறகு வாழ்வேயில்லை என்றிருந்தவனின் எண்ணத்தை மாற்றியதும் அவனும் டோங்க் ஹுவாவும்தான். அதுமட்டுமல்ல, வெளியேறிய பின் இருக்கக்கூடிய சவால்களைப் பற்றியும் நிறையவே பேசினார்கள். அவர்களைச் சமூகமும் குடும்பமும் ஏற்றுக்கொள்ளாத சாத்தியங்களை அவர்கள் அதிகம் அலசினர்.

ஒருமுறை ஹரிணி வந்த அன்று சிவராத்திரி. ஒவ்வொரு முறையும் சிவன் கோயிலுக்குச் சென்று நான்கு ஜாமப் பூஜையையும் பார்த்து விட்டு வீடு திரும்பும் அம்மா கோயிலுக்கே போகவில்லை. கிரி வீட்டிற்கு வரும் வரை இனிப்பைத் தன் கையால் தொடுவதில்லை என்றும் அதுவரை கோபுர தரிசனம் மட்டுமே என்றும் அம்மா வேண்டிக் கொண்டிருந்ததாக ஹரிணி சொன்னாள். கிரிக்கு உணர்ச்சித் தவிப்பில் தொண்டையடைத்தது.

அடுத்த மாதம் ஹரிணி வந்தபோது உடன் அம்மாவும் வந்தாள். ஒரு வார்த்தை பேசவில்லை. கிரியைப் பார்த்ததுமே கண்களில் தாரை தாரையாகக் கண்ணீர். கைகள் தன்னிச்சையாகக்கூட கண்ணீரைத் துடைக்கவில்லை. அம்மாவைப் பார்க்காமலே இருந்திருக்கலாம் என்று தோன்றிவிட்டது கிரிக்கு அன்று. அவன் பேசியதாவது அம்மாவின் காதுகளில் விழுந்ததா என்றும் அனுமானிக்க முடியவில்லை. அடுத்த முறை கேவிக் கேவி அழுதுவிட்டுச் சென்றாள். பிறகு ஒவ்வொரு மாதமும் வந்ததில் லேசான கண்ணீர் வரை தேய்ந்தது. அப்போதும் ஒரு வார்த்தை பேச மாட்டாள்.

ஒருவருடம் ஆனதும்தான் ஹரிணி முகத்தைப் பார்த்துக்கொண்டு கிரிக்குச் சொல்ல வேண்டியதைச் சொல்ல ஆரம்பித்தாள். கடைசியாகக் கிளம்பும்போது மறக்காமல் அவனுக்கு ஒரு புத்தகத்தைக் கொடுக்கச் சொல்வாள். புத்தகத்துக்குள் தனக்கு ஏதும் செய்தி இருக்குமா என்று ஒவ்வொரு முறையும் ஆராய்ந்து விடுதலை வரை ஏமாந்தான். தான் சொல்ல நினைப்பதையே புத்தகமாகக் கொடுத்துவந்தாள்.

'விடிஞ்சா தீபாவளி, சீக்கிரமே படுத்துண்டாதானே கார்த்தால ஸ்நானம் பண்ண ஏந்துக்க முடியும், சிவன் கோயிலுக்குதான் போகணும். அப்பா கிட்டயும் சொல்லியிருக்கேன்...' அண்ணாவிடம் சொல்வதைப்போல அம்மா கிரிக்குதான் சொன்னாள். சீக்கிரம் எழுவதென்றால் இன்னும் அவன் அழுவான் என்றே நினைத்திருந்தாள் போலும். எப்போது படுத்தாலும் விடியற்காலை நாலரை மணிக்கு எழுந்துவிடும் நல்ல பழக்கமும் அவனுக்கு வந்துவிட்டிருந்ததை பாவம் அவள் மகிழ்ச்சியில் மறந்துவிட்டாள்.

கிரி பேசாமல் தன் அறைக்குச் சென்று படுத்துக்கொண்டான். அவன் வீட்டிற்குத் திரும்பியதையே அம்மா தீபாவளியாகக் கொண்டாடுகிறாள். இருந்தும், நேருக்கு நேர் மட்டும் பார்த்துப் பேசவே மாட்டேனென்கிறாள்.

பத்து நாட்களுக்கு முன்பு ஜெயிலுக்குக்கூட அப்பா மட்டுமே வந்திருந்தார், முகத்தில் அபரிமிதமான பூரிப்புடன். பார்த்ததும், கட்டித் தழுவிக்கொண்டு கிரியின் மனதைப் படித்ததைப்போல,

'உனக்கு பிடிச்சதெல்லாம் சமச்சுண்டிருக்கா. மொதல்ல வர்றதாதான் இருந்தா. கமான் கிரி, லெட்ஸ் கோ ஹோம்' என்று கையைப் பிடித்துக் கொண்டே காருக்கு வந்தார். தன் டீஷர்ட்டில் குத்திக்கொண்டு வந்திருந்த மஞ்சள் ரிப்பனையும் நான் பார்க்கத் தவறிவிடுவேனோ என்று ஒருமுறை சரியாகக் குத்தியிருக்கிறதா என்று சரிசெய்து கொள்வதைப்போல பாவனை செய்தார். அப்பாவின் குழந்தை போன்ற குதூகலத்தை நினைத்து கிரிக்குக் கண்கள் பனித்தன.

சற்றும் எதிர்பார்க்கவில்லை. அம்மா மெள்ள பூனையைப்போல அறைக்குள் நுழைந்தாள். கிரி தன் கண்ணை மூடிக்கொண்டு அசையாமல் இருந்தான். போர்வையை நன்றாக இழுத்துப் போர்த்திவிட்டு, அவன் முகத்தையே சில நொடிகள் பார்த்துவிட்டு அறையை விட்டுச் சென்றாள். பொங்கிய உணர்ச்சியைக் கட்டுப்படுத்த எச்சிலைக் கூட்டி விழுங்கிக்கொண்டது அரையிருட்டிலும் தெரிந்தது. சட்டென்று கையை நீட்டி அம்மாவின் கையைப் பிடித்துவிட எழுந்த உத்வேகத்தைக் கட்டுப்படுத்திக் கொண்டான்.

இரண்டு நாட்களுக்கு முன்பு நடந்ததை நினைத்துப் பார்த்தான் கிரி. விடாமல் அடித்த ஃபோனை அம்மாதான் சமையலறையிலிருந்து ஓடி வந்து எடுத்தாள். 'ஹலோ, யாரு ரகுவா? எப்பிடிப்பா இருக்க? அங்கிள் கிட்ட பேசணுமா, இதோ கூப்டறேன்...' அப்பா கையில் ஃபோனைத் திணித்துவிட்டு சமையலைத் தொடரப் போய் விட்டாள். ஏதோ வேலை விஷயமாக ரகுவின் அப்பா சொல்லச் சொன்னதை அப்பாவிடம் சொன்னான். அப்பாவும் ஒற்றைச் சொல்லை இடையிடையே உதிர்த்தபடி தீவிரமாகக் கேட்டுக் கொண்டிருந்தார். ஃபோனை வைக்குமுன்னர் 'கிரிட்ட பேசறயா ரகு?' என்று சொல்லிவிட்டு கிரியைக் கையசைத்துக் கூப்பிடவே வேறு வழியில்லாமல் ஃபோனை வாங்கினான். 'ஹலோ...' பதில் சொல்ல எதிர்ப்புறத்தில் ஆள் இருக்கவில்லை. கிரியின் முகத்தில் பரவிய அவமானத்தையும் ஏமாற்றத்தையும் அப்பா உணர்ந்து கொண்டது அவர் முகத்திலேயே தெரிந்தது. 'சியர் அப் கிரி. இதுக்கெல்லாம் சோர்ந்து போகாதடா...' என்று தோளில் தட்டிக் கொடுத்தார் போகிற போக்கில்.

நான்கு வருடங்களுக்கு முன்பு பத்து நிமிடத்திற்கு ஒரு ஃபோன் செய்து குழைந்தவன் ரகு. தன் வேலை ஆகவென்றும் அரட்டையடிக்கவென்றும் நூறு முறை பேசுவான். அவன் இருந்த வேலையே கிரியின் முயற்சியில் கிடைத்ததுதான். லேப்டாப் வாங்க ஒரு நாள் லீவெடுத்துக்கொண்டு அவனோடு போய் வந்தான் கிரி. இன்று தன்னோடு பேசுவதைக் கேவலமாய் நினைக்கிறான். சுற்றிச் சுற்றி வந்த நட்பில் எத்தனை இனிமேல் தன்னை மதிக்கக்கூடும் என்று கிரியின் மனம் கணக்கிட்டது.

விடிந்ததுமே ஸ்டீரியோவில் நாமகிரிப் பேட்டையின் நாதஸ்வரம். எல்லோரையும் எழுப்ப அம்மாவின் இனிய வன்முறை அது. பின்னிரவில் வந்த ஹரிணியின் கணவன் வந்து மனைவியையும் மகளையும் தீபாவளியன்று மாலையில் மீண்டும் வருவதாகச் சொல்லிக் கூட்டிக்கொண்டு போய்விட்டிருந்தான். மங்கல ஸ்நானம் செய்து புத்தாடையுடுத்திக்கொண்டு காரில் கோயிலுக்குக் கிளம்பினார்கள். அம்மா வாங்கியிருந்த நேரு-குர்த்தா கிரிக்கு மிகவும் பாந்தமாக இருப்பதாக அண்ணா சொன்னதும் அம்மா திரும்பி ஒரு முறை ஏறயிறங்க அவனைப் பார்த்துக்கொண்டாள்.

கோயிலில் தெரிந்த முகங்கள் நிறைய கண்ணில் பட்டன. பெரும் பாலும் கவனமாகப் பேசுவதைத் தவிர்த்தன. கிரி எதிர்பார்த்ததே. பேப்பர்களில் ஃபோட்டோவைப் போட்டு மிகவும் பிரபலமாக்கி யிருந்தார்கள் கிரியை. ஆகவே, புன்னகைத்தவர்களும் முகமன் தெரிவித்தவர்களும் ஒன்றும் விவரம் அறியாதவர்களில்லை. அவர்கள் யதார்த்தவாதிகள் என்றே அவனுக்குத் தோன்றியது.

வீடு திரும்பிக் கொண்டிருந்தபோது காரில் அம்மா 'கவனிச்சேளா, அந்த நாடக சபா செக்ரடரியும் ஆத்துக்காரியும் சட்டுனு பாக்காத மாதிரி போறா... அவா பொண்ணுக்கு போன மாசம்தான் சீமந்தம் நடந்திருக்கு. நம்மள கூப்டவேயில்ல...' என்று சரவெடியாகப் படபடக்க, பேசாமல் அப்பா 'உம்' கொட்டிய படியே வந்தார். இதே பெரிய மனிதர் தன் ஒரே பெண்ணிற்கு கிரியைக் கேட்டு நான்கு வருடங்களுக்கு முன்பு வந்தவர். அலுக்காமல் ஃபோனில் அம்மாவிடம் கேட்டவர். 'உங்க கிரிதான் எங்காத்து மாப்ளன்னு நாங்க தீர்மானிச்சுட்டோம். எங்காத்து மாமாக்கு கிரி மேல ரொம்ப நல்ல அபிப்பிராயம். பெரிய ஆளா வருவான்னு அடிச்சு சொல்றார்...' என்று அவரின் மனைவியும் அம்மாவை அவ்வப்போது ஐஸ் வைத்து வந்தார்.

'கிரி, இதையெல்லாம் நீ மறந்துடு. போனதெல்லாம் போகட்டும். வேணா ஒரு ப்ரேக் எடுத்துக்கோ. இல்ல, மேல எம்பிஏ படி. எது வேணா செய். டோண்ட் கேர் அபௌட் தீஸ் பீப்பிள்...' என்று அக்கறையோடு சொன்னார். 'அப்பா, நான் தெளிவா இருக்கேன். நான் டோங்க் ஹுவா ஏஜென்ஸிலயே இருக்கேன். தப்பு செஞ்சு திருந்தினவா, தப்பே செய்யாம சிக்கிண்டவான்னு ஜெயில்ல நிறைய நல்லவாளும் இருக்காப்பா. அவாளுக்கெல்லாம் கூட நாங்க வெளில வந்ததும் வேல போட்டுத் தரப்போறோம். எங்களுக்கு முழு நம்பிக்கையிருக்கு. இனிமே நான் யாருக்கும் மனக் கஷ்டத்தைக் கொண்டுவர மாட்டேம்பா. நீங்க பேங்குக்கு கட்டினதையெல்லாம் கூட சீக்கிரமே திருப்பிக் கொடுத்துடுவேன்...' என்றான் கிரி காரை ஓட்டிக்கொண்டே.

அம்மாவின் கண்கள் புது ஒளியுடன் பளபளவென்று மின்னின காலை வெயிலில்.

ஒவ்வொருவராக இறங்கி லிஃப்டை அடைந்தனர். கடைசியாக இறங்கிய அம்மா கிரியின் கையை அழுத்தினாள். அந்த அழுத்தம் அது வரை பேசாத ஆயிரம் வார்த்தைகளைப் பேசியது. கண்கள் பனிக்க கிரி அம்மாவைப் பார்த்தான். 'எனக்கு நம்பிக்கையிருக்கு கிரி ஒம்மேல...' கண்களை தீர்க்கமாகப் பார்த்து அம்மா சொன்னதும் உடலில் புது ரத்தம் பாய்ந்ததைப்போல தோன்றியது.

•

தென்றல் - வட அமெரிக்க இலக்கிய இதழ், மார்ச் 2005

மறுபக்கம்

~

ஒரு பயனீட்டாளர் தன் வர்த்தகரோடு பேசும் தொனியில், பெரிய ஒரு ஒட்டுதலின்றிதான் சந்திரா ரகுவிடம் பேசினாள் ஒவ்வொரு முறையும். ஆனாலும், அவள் அவருடன் பேசும் போதெல்லாம் என்னுள் ஏதோ ஒரு நிலையற்ற தன்மையும், பதற்றமும் டக்கென்று வந்து உட்கார்ந்துகொண்டன. பட்டுப்போன உறவு துளிர்த்து விடுமோ என்று என் மனம் அலாதியாய் பயந்தது. சந்திரா அவரிடமிருந்து பிரியும் முன்பும், பிரியும் போதும் உடனிருந்து பார்த்த என் மூளை அவள் தன் மகளுக்காகதான் பேசுகிறாள் என்று நம்பியது. மனம் மட்டும் ரகுவின் மேல் அவளுக்கு நட்பு ஏற்பட்டுவிட்டால் என்று மீண்டும் மீண்டும் பயந்தது. ரகுவுக்கும் இப்போது குடும்பம் உண்டு, இனிமேல் சந்திராவை அவர் நினைப்பதோ, இல்லை சந்திரா அவரை நினைப்பதோ நடக்காது என்று மூளை கணக்கிட்டுக் கொண்டாலும் பாழும் மனம் பயந்து தவித்தது. மனதுக்கும் மூளைக்கும் நடந்த சச்சரவில் நான் ஒவ்வொரு முறையும் மிகவும் களைத்தேன். வேலையில் ஈடுபடவே முடியவில்லை.

சந்திராவுக்கு நான் புகை பிடிப்பது மட்டும்தான் என்னில் பிடிக்காத விஷயம். புகைப்பதை நிறுத்தினால், அவளுக்கு அந்த அதிருப்தியும் இருக்காது. ஆகவே, விட்டுவிடலாம். தவிர, சம்பளத்தில்

பெரும் பகுதியைச் செலவிட்டு ‘ஆன்டிக்ஸ்’ எனப்படும் பழம் கலைப் பொருள்களை வாங்கிக் குவிக்கும் பழக்கத்தையும் நிறுத்திவிட்டால், மிகவும் மகிழ்வாள் என்றெல்லாம் பலவாறாய் ஏதேதோ யோசித்தேன். இனி மேல், வீட்டு வேலைகளிலும் சந்திராவுக்கு உதவ வேண்டும். வேறு என்னென்ன செய்தால் அவளுக்குப் பிடிக்கும்

என்று முதல் முறையாகத் தீவிரமான ஆராய்ச்சியில் ஈடுபட்ட என் மனதை நினைத்துச் சிரித்துக் கொண்டேன். மறுகணமே ஏன் அப்படியெல்லாம் தோன்றுகிறது என்றும் ஆராயத் தலைப்பட்டேன்.

அவள் இல்லாத ஒரு வாழ்க்கை! அது எப்படியிருக்கும் என்று யோசிக்கும்போது எழுந்த கவலைகளோ? இலக்கின்றித் திரிந்த பழைய வாழ்க்கைதான் ஞாபகம் வந்தது. சந்திரா என் வாழ்க்கையில் வந்த பிறகுதான் நான் அவளுடன் சேர்ந்து பத்தானேன். அவள் இல்லாவிட்டால், ஒன்றில்லாமல் மீண்டும் பழையபடி பூஜ்யமாகி விடுவேன் என்று நினைத்துக்கொண்டேன். தனியே சமாளிக்கக்கூடிய அனைத்துத் திறமைகளும் சந்திராவுக்கு உண்டு. அவளின் வாழ்க்கையில் பிரிவு, மணவிலக்கு, நீதிமன்றம் என்று அடித்த புயலின்போது அவள் பிடித்துக் கொண்டு நின்ற ஒரு தூண் நான் அவளைப் பொருத்தவரை. அந்த நன்றிக் கடனை அடைப்பதாய் நினைத்தே நான் கேட்டதும் என்னை மணந்திருந்தாள் என்பதை மணமான ஒரே வருடத்திற்குள் புரிந்துகொண்டேன். நான் இல்லாதிருந்தாலும் அவள் செவ்வனே சமாளித்திருப்பாள் என்பது மட்டும் அவள் உணராதது. யானைக்குத் தன் பலம் தெரியாதே!

ஒரு வருடம் முன்புதான் ரம்யாவின் மேற்படிப்புச் செலவையும் பொறுப்பையும் தானே ஏற்றுக்கொள்ள ஆசைப் பட்டு சந்திராவின் ஆபீஸுக்கு 'தூது' அனுப்பியிருந்தார் ரகு. பதிநான்கு வருடங்களாக இல்லாத பாசமும் கரிசனமும் திடீரென்று பொத்துக்கொண்டதோ என்று ரகுவை விமரிசித்தாள் சந்திரா. பிடி கொடுக்கவேயில்லை பல நாட்களுக்கு. ரம்யாவிடம் ரகு பேசிவிடுவாரோ என்று பயந்து மிகக் கவனமாக மகள் பெற்ற தகப்பனைச் சந்திக்காமல் பார்த்துக் கொண்டாள். ரகு விடாமல் முயன்று கொண்டேயிருந்தார். 'எம்பொண்ண படிக்க வைக்க எனக்கு தெரியாதோ?' என்றெல்லாம் முதலில் பயங்கரமாகக் கோபத்தில் பொரிந்து தள்ளிய சந்திரா கொஞ்ச நாட்களிலேயே மாறிப் போனாள்.

சரியான வாய்ப்பு வீட்டுக் கதவைத் தட்டிக்கொண்டு நின்றிருந்தது. ரகு ஏழு வருடமாக சிங்கப்பூரில் பொறியாளராகப் பணியாற்றி நல்ல நிலையில் இருந்தார். அங்கேயே உள்ளூர் பெண்ணைக் கல்யாணம் செய்து கொண்டு ஐந்து வயதில் ஒரு மகனும் இருந்தான். அவர் ஏதோ உபசாரத்துக்குச் சொன்ன வார்த்தைகள் என்றிருந்த எனக்கு, அவர் சந்திராவின் ஆபீஸுக்கு நேரில் போய் பேசிவிட்டு, அதன் பிறகு வீட்டிற்கும் ஃபோன் செய்து பேசியபோது அவருடைய நோக்கத்தில் இருந்த நேர்மை முதன் முதலில் எனக்குப் புரிந்தது. முதல் முதலாக அசௌகரியமாக நான் உணரத் தொடங்கியதும் அப்போதுதான்.

ஏனென்று அப்போது விளங்கவில்லை. ஏதோ இனம் புரியாத மனக் கலக்கம்.

ரம்யாவுக்குப் பன்னிரண்டு வயதிருக்கும்போது ஒரு கோடை விடுமுறையின்போது மாலையில் அவளிடம் என்னைப் பற்றி சொல்லலாமென்று அவளைக் கூட்டிக்கொண்டு எலியட்ஸ் பீச்சுக்குப் போயிருந்தேன். அவளுடைய நெருங்கிய தோழியைப் பற்றி கேட்க ஆரம்பித்து மெதுவாக, 'என்னைப் பத்தி உனக்கு சொல்லத் தான் இங்க கூட்டிகிட்டு வந்தேன். நா...' என்று ஆரம்பித்ததுமே, 'தெரியும்' என்று சொல்லி கையைப் பெரிய மனுஷியைப்போல காட்டி என்னை மேலே பேசவிடாது தடுத்துவிட்டாள். சில கணங்கள் என் முகத்தைப் பார்த்துவிட்டுப் பார்வையை தூரத்தே கடலின் நடுவே நிறுத்திக் கொண்டாள். யோசித்தாள் போல.

என்ன தெரிந்தது, எப்படித் தெரிந்தது, யார் சொன்னார்கள் என்றெல்லாம் கேட்டு அவளுக்கு என்பால் இருந்த அன்பின் ஆழத்தையும் அழுத்தத்தையும் கொச்சைப்படுத்தப் பிடிக்காமல் பேசாதிருந்தேன். எல்லாம் தெரிந்திருந்தும் என்னிடமிருந்து விலகி விடாமல் இருந்திருக்கிறாள் என்றெண்ணும்போது பெருமிதத்தில் என் தொண்டை அடைத்தது.

உட்கார்ந்திருந்த அதே நிலையில், ஏதோ தூக்கத்தில் பேசுவதைப் போல, ஆனால் மிகத் தெளிவாக, 'ஆனா... என்னால வேற யாரையும் என்னோட அப்பாவா நெனக்கவே முடியாதுப்பா...' என்றாள். டக்கென்று பின்புறம் ஒட்டியிருந்த மணலைத் தட்டிக்கொண்டே எழுந்துகொண்டாள். பீடிகையின் ஆரம்பத்திலேயே புரிந்து கொண்டு விட்டாளே என்று வியப்போடு பார்த்துக் கொண்டிருந்தேன்.

என் இரு சக்கர வாகனத்தை நோக்கி நடந்த அவளைத் தொடர்ந்து நானும் நடக்க ஆரம்பித்தேன் பேசாமல். பின்பக்கம் திரும்பி, 'பாட்டி எல்லாத்தையும் சொல்லிட்டாங்க நான் சிக்ஸ்த் படிக்கும்போதே. எனக்கு தெரியும்னு அம்மாவுக்கு தெரியாதுன்னு நெனக்கறேன்...' என்றாள். வீட்டுக்கு வந்து சந்திராவிடம் நான் சொன்ன போது, இரண்டு வருடமாக எல்லாவற்றையும் தெரிந்துகொண்டு சாமர்த்தியமாகவும் இயல்பாகவும் நடந்து கொண்டிருந்த தன் மகளை நினைத்து சந்திரா வியந்தாள்.

நான்கு வயதிலேயே ரம்யா தன் பிஞ்சு வலக்கை விரல்களை நேராக வைத்துக்கொண்டு வாயில் ஓசை வேறு செய்து கொள்வாள். வானை நோக்கித் தன் கற்பனை விமானத்தைப் பறக்க விடுவாள். அடிக்கடி அவள் விளையாடிய விளையாட்டே அதுதான். 'ஏரோப்ளேன்ல ஏறி

எங்க போகப் போற ரம்யா குட்டி?' என்று கேட்டால் 'அமெரிக்கா' என்றோ 'லண்டன்' என்றோ தனக்குத் தோன்றிய அல்லது தெரிந்த நாட்டுப் பெயரைச் சொல்வாள். தீவிரத்திலும் ஆர்வத்திலும் அவளுடைய விழிகள் விரிந்து பளபளக்கும்.

எப்போது அவ்விளையாட்டை நிறுத்தினாள் என்று நினைவில்லை. அவளின் அந்த விளையாட்டு அவளுடைய உள் மனதின் கனவாக வளர்ந்திருந்ததை நாங்கள் அறியும்போது அவள் பத்தாவது படித்துக் கொண்டிருந்தாள். ஒரு நாள் நான் அவளிடம் பேச உட்கார்ந்து கொண்டு மேற்படிப்பைப் பற்றி கேட்டபோதுதான் அவள் வெளிநாடு சென்று பொறியியல் படிக்க ஆசைப்படுவதையும், அந்த ஆசையை ஒரு கனவாகப் பொத்திப் பொத்தி வளர்த்திருந்ததையும் அறிந்துகொண்டேன். அன்றே சந்திராவிடம் சொன்னேன்.

அவள் ஆசைப்பட்டபடியே படிக்கக்கூடிய அரிய வாய்ப்பு கிடைத்ததில், அவள் மகிழ்ச்சியில் பங்கு கொள்வதில் எல்லையில்லா மகிழ்ச்சியடைந்தேன். ஆனால், எப்படி ரம்யாவைப் பிரிந்து இருக்கப் போகிறேனோ என்றுதான் குழம்பிக்கொண்டேயிருந்தேன். எனக்கே எனக்கு என்று ஒரு குழந்தையில்லையே என்று என்றுமே நான் நினைத்ததில்லை. ஒன்றை பெற்றுக் கொண்டிருக்கலாமோ என்று அப்போதுதான் முதல் முறையாகத் தோன்றியது.

சிங்கப்பூர் போன பிறகும் ரகு அடிக்கடி ஃபோன் செய்து சந்திராவிடம் பேசினார். ரம்யாவிடமும் பேச முயன்றார். அதையெல்லாம் கவனித்து வந்த நான் நானாக இல்லை. மனதில் ஒரே குழப்பம். சந்திராவிடமே பல முறை அர்த்தமில்லாமல் எரிந்து விழுந்தேன்.

சில மாதங்களுக்கு முன்பு, இரவில் திடீரென்று ஏதோ கனவு கண்டு, வியர்த்து விழித்துக் கொண்டவன் சந்திராவையும் உலுக்கி எழுப்பினேன். 'சந்திரா, நான் தன்னந்தனியா இருக்கற மாதிரி கனவு கண்டேன். நீ என்ன விட்டுட்டு போயிடுவியா? எனக்கு ரொம்ப பயமாயிருக்கு சந்திரா...' என்ற என்னைப் பார்த்து குபீரென்று சிரித்து விட்டாள். பிறகு, சில நிமிடங்கள் என் முகத்தையே பார்த்தாள். 'உன்ன விட்டுட்டு நான் போறதாவது? முடியுமா? இன்னும் பத்து ஜன்மம் எடுத்தும் தீர்க்கமுடியாத கடனில்ல பட்டிருக்கேன் உன்கிட்ட...' என்று அவளின் கண்கள் நெகிழ்ச்சியான தருணங்களில் பேசும் வார்த்தைகளைப் பேசின. ஆனால், முதுகில் ஓங்கித் தட்டிக் கொடுத்து, 'பயமா? ம்... ம், படு நல்லா பயப்படு. ம்... அந்த பயம் இருக்கறதும் நல்லதுதான்' என்று சிரித்துக்கொண்டே சொல்லிவிட்டு போர்த்திக்கொண்டு படுத்துவிட்டாள். சீக்கிரமே மிக இயல்பாக தூக்கத்தில் அவள் அமிழ்வதைப் பார்த்துக்கொண்டே

படுத்திருந்தேன். கலாய்க்கவும் மிரட்டவும் சரியான ஒரு பிடி கிடைத்துவிட்டதே அவளுக்கு என்று நினைத்தபோது சிரிப்புதான் வந்தது.

அடுத்த நாள் காலையில், 'ப்ளஸ் டூ ரிஸல்டும் வரப் போகுது. ஏன் சந்திரா ரம்யாவ அவங்கப்பா கிட்ட படிக்க அனுப்பறதா தான் இருக்கியா?' என்று நான் கேட்டதுமே ஒன்றும் சொல்லாமல் காபியை ஆற்றிக் கொண்டிருந்தாள். கொஞ்ச நேரத்தில், 'ஒரு பக்கம், அவள பிரிஞ்சு இருக்கணுமேன்னு இருக்கு. இன்னொரு பக்கம் அவளோட எதிர்காலத்துக்கு நல்லது, அவ கனவு நனவாகும்னு தோணுது. ஒண்ணும் புரியல...' என்றாள். சொல்லி முடிப்பதற்குள் தொண்டை அடைத்துவிட்டது. 'சந்திரா, ரம்யா புத்திசாலி. அவளே யோசிக்கட்டும். அதுக்கு முன்னாடி நமக்கு தோணறத அவளுக்குள்ள திணிக்க வேண்டாம். அவளப் பிரிஞ்சு நீ இருந்துடுவியோ என்னவோ, ஆனா அத நெனச்சாலே எம்மனசே சூன்யமாயிடுது. வேலையே ஓட மாட்டேங்குது...' என்ற என்னைப் பார்த்து ஒரு பெருமூச்சு விட்டுக் கொண்டே தலையாட்டிவிட்டுப் போனாள்.

போன மாதம் பழைய பாஸ்போர்ட்டைக் கொண்டுபோய் புது பாஸ்போர்ட் விண்ணப்பிக்கவும் அதற்கு நிழற் படங்கள் எடுக்கவும், வேண்டிய பொருள்கள் வாங்கவும் என்று இரண்டு நாட்கள் லீவெடுத்துக்கொண்டு அவளை வண்டியில் கூட்டிக் கொண்டு அலைந்தேன்.

ரம்யாவின் பன்னிரண்டாம் வகுப்புத் தேர்வு முடிவுகள் வந்தன. பள்ளியிலேயே இரண்டாமிடம். பொறியியல் கல்லூரி பொது நுழைவுத் தேர்வில் இன்னும் நல்லபடியாகத் தேர்ச்சி பெற்றிருந்தாள். அதைப் பார்த்ததும் ஏன் இந்தியாவிலேயே படிக்கக் கூடாது என்று உதடு வரை வந்த சிந்தனையை உள்ளுக்குள்ளேயே போட்டு அழுத்தி விட்டேன். ரம்யாவின் கனவான வெளிநாட்டுப் படிப்பை நனவாக்க எனக்கு மட்டும் வெளிநாட்டில் ஒரு வேலை கிடைத்தால், அவளையும் பிரிய வேண்டாம் என்றெல்லாம் ஏதேதோ நடக்க முடியாததையெல்லாம் யோசித்தேன்.

இத்தனைக்குமிடையில் ரம்யாவின் முகம் சதா யோசனையில் இருந்தாற் போலிருந்தது. வழக்கமாக அவள் முகத்தில் இருக்கும் கலகலப்பைக் காணவில்லை. அம்மாவைப் பிரியப் போகும் வருத்தமோ... திரும்பத் திரும்ப சந்திரா சொல்கிற மாதிரி ரம்யாவோட எதிர்காலம்தான் முக்கியம் என்று தோன்றினாலும் ரம்யாவைப் பிரிய வேண்டும் என்று நினைத்தாலே தலை முதல் கால் வரை என்னில் ஒரு தொய்வை உணர முடிந்தது.

ரம்யா சிங்கப்பூருக்குப் போய்ப் படிக்க அவளுக்கு ஸ்டூடண்ட்ஸ் பாஸுக்கு விண்ணப்பிக்க வேண்டியிருந்தது. அதற்குச் சில தகவல்கள் மற்றும் விவரங்கள் தேவையாயிருந்ததால், சந்திரா சிங்கப்பூருக்குத் தொலைபேசினாள். அவள் ரகுவிடம் பேசிக் கொண்டிருக்கும்போதே, ரம்யா மெதுவாக இடத்தை விட்டு நழுவினாள்.

அடுத்த இரண்டு வாரத்தில் விசாவும் வந்துவிட்டிருந்தது. இன்னும் ஓரிரு வாரத்தில் கிளம்ப வேண்டும். ஒரு நாள் ரம்யா சந்திராவிடம் வந்து, 'அம்மா எனக்கு அங்க சரியா வருமா? அங்கயிருக்கற ஆன்ட்டியோட எனக்கு ஒத்துப் போகாட்டி என்ன செய்ய? கொஞ்சம் நெர்வஸாதான் இருக்கு எனக்கு...' என்று பேச்சை மெதுவாக ஆரம்பித்தாள். சந்திரா என்னைப் பார்த்துவிட்டு, திரும்பி மகளை நோக்கி,'ரம்யா அதெல்லாம் சரியாயிடும்மா. ஹாஸ்டல்ல இருக்கறதில்லையா... அத மாதிரி நெனச்சுக்க வேண்டியதுதான். நீ நல்லா படிக்கணும். மிச்சத்தையெல்லாம் லைட்டா எடுத்துக்கோ. உன் கனவு நனவாகப் போகுது' என்று உற்சாகப்படுத்தினாள். நானும் என் பங்கிற்கு, 'ரம்யா, தைரியமா இரு. எவ்ரி திங் வில் பி ஃபைன்' என்று சொன்னேன். தலையை ஆட்டிவிட்டு தன் அறையை நோக்கிப் போய்விட்டாள்.

அடுத்த நாளே ரகு மீண்டும் ஃபோன் செய்தபோது, சந்திராதான் பேசினாள். ஏன் ரம்யா ஃபோனில் பேசுவதில்லை என்றும் ஒரு மின் மடல்கூட அனுப்புவதில்லை என்று ஏதேதோ கேட்டுக் கொண்டிருந்தார். சந்திரா ரம்யாவிற்கு நேரமில்லை என்று சொல்லிச் சமாளித்தாள். தன் கையில் ஃபோனைத் திணித்து விடுவாளோ என்று பயந்துகொண்டே ரம்யா 'வேண்டாம்' என்று கையை ஆட்டி செய்கையால் சொல்லிவிட்டு அறைக்குள் குடுகுடுவென்று ஓடிப் போய்விட்டாள்.

ஃபோனை வைத்ததுமே முதல் வேலையாக ரம்யாவின் அறைக்குள் போனாள் சந்திரா. 'ஏன் ரம்யா அவாய்ட் பண்ற?' என்று ஆரம்பித்ததுமே, 'அம்மா, திடீர்னு அவர அப்பான்னு கூப்டணும்னும், ஒடனே ஒட்டிக்கணும்னும் எதிர்பார்த்தா எப்டிம்மா?' என்று தயங்கித் தயங்கி ஆரம்பித்து, 'ரெண்டு வயசுல பார்த்த அவர எனக்கு நெனப்பேயில்ல. இட் வில் டேக் சம் டைம் மா... அன்னிக்கி பேசும்போது அவரு பாட்டுக்கு படபடன்னு ஏதேதோ பேசறாரு. ஐ நீட் டைம்...' என்றாள் . உடனே சந்திராவும், 'சரி, யூ ரிலாக்ஸ் ரம்யா, நானே ரகு கிட்ட சொல்றேன். புரிஞ்சுப்பாரு. ஹீ ஹஸ் பிகம் மோர் பேஷண்ட் நௌ.' ஒரு முறை கூட ரம்யாவின் வாயில் 'அப்பா' என்ற

சொல் வரவில்லை என்பதை சந்திரா கவனித்தாளோ தெரியவில்லை. நான் அலாதியான திருப்தியுடன் கவனித்தேன்.

அன்றிரவு தனிமையில் நான் சந்திராவிடம் பேசும்போது, 'சந்திரா, ரம்யா போய்த்தான் ஆகணுமா? அவ ரொம்ப 'அன்ஈஸி'யா ஃபீல் பண்றாளேம்மா...' என்றபோது, 'நீ வேற ஆரம்பிக்காத குமார். நானே ரொம்ப கொழம்பியிருக்கேன். பேசாம தூங்கு' என்று சொல்லிவிட்டு தூக்கம் வராமல் புரண்டு புரண்டு படுத்தாள். மகளின் விருப்பத்துக்காக அவளை அனுப்ப நினைத்தாள். ஆனால், ரம்யா புது மனிதர்களோடு புதிய இடத்தில் எப்படியிருப்பாளோ என்ற கவலை அவளுக்குள் இருக்கத்தான் செய்தது. மகளுக்குக் கிடைத்த வாய்ப்பை 'பாசம்' என்ற காரணம் காட்டிக் கெடுத்துவிடக் கூடாது என்பதில்தான் மிகக் கவனமாக இருந்தாள்.

ஒரு வாரத்திற்கு மேலானது ரகுவின் ஃபோன் வந்து. ஏனென்று எல்லோருக்குமே உள்ளூர தோன்றிக் கொண்டிருந்தது. வாங்கி அனுப்பியிருக்க வேண்டிய விமானப் பயணச் சீட்டும் வந்தபாடில்லை.

கொஞ்சமும் எதிர்பாராத நேரத்தில் ஃபோன் வந்தது. 'சந்திரா, ஒரு சின்ன சிக்கல். என் 'வொய்ஃப்' ரொம்ப 'அன்ஈஸி'யா ஃபீல் பண்றா போலயிருக்கு. ரம்யாவ படிக்க வைக்க இங்க கூப்டுகிட்டா, நா அவளையும் அவளோட மகனையும் விட்டுப் போய்டுவேனோன்னு உள்ளூர கொஞ்ச நாளா பயப்பட்டுகிட்டேதான் இருந்திருக்கா. ரெஸ்ட்லெஸா இருந்தா. போன வாரம் கொஞ்சம் அதிக டிப்ரெஸ்டாயிட்டா. டாக்டர் கிட்ட கூட்டிப் போனேன். இப்ப மருந்து சாப்பிடறா. அதான், யோசிச்சேன். சந்திரா, நீ ரம்யாவ அங்கேயே சேர்த்தா, நா வேணா செலவெல்லாம் ஏத்துகிட்டு உதவலாமான்னு பாக்கறேன்...' என்று சொன்னதுமே ரம்யா ஸ்பீக்கர் ஃபோனில் எல்லாவற்றையும் கேட்டுவிட்டு நாட்கணக்கில் அவதிப்பட்டுக் கொண்டிருந்தவள் சட்டென்று தளர்ந்ததுபோல தெரிந்தது.

'அப்பா, கவலையே படாதீங்க. அண்ணா யூனிவெர்ஸிடில கெடைக்கும். நா இங்கயே படிக்கறேம்மா. இதுவும் நல்லதுக்கே...' என்று ரம்யா மகிழ்வுடன் சொன்னதும் சந்திராவுக்கு ஏற்பட்ட நிம்மதி முகத்தில் தெரிந்தது. பழையபடி நான் நானானேன்.

•

தென்றல் - வட அமெரிக்க இலக்கிய இதழ், அக்டோபர் 2005

சேவை

~

எம்ஆர்டீயில் ஏறியதுமே ஃபோன் சிணுங்கியது. ராஜனின் ஃபோன். நான் சரியான நேரத்திற்கு சாங்கி விமான நிலையத்தை அடைந்து விடுவேனா என்ற சந்தேகம் ஒரே மணி நேரத்தில் அவருக்கு இரண்டாவது முறையாக வந்திருந்தது. என்னை செல்பேசி மூலமே மேற்பார்வையிட்டார். 'ஹலோ, 'பெடோக்' தாண்டிட்டேன் சர், அரை மணிநேரம் முன்னாடியே போயிடுவேன். கவலையே வேண்டாம். ம், ஆமா, 'திருமதி. லீலா'ன்னு கொட்ட கொட்டயா அட்டையில எழுதி எடுத்துகிட்டேன். நோ ப்ராப்ளம், பை...' என்றதுமே துண்டித்துவிட்டார். ராஜனின் செயல் எனக்குச் சற்று விநோதமாகதான் இருந்தது.

மூச்சு விடவும் நேரமில்லாமல் ஓடிக் கொண்டேயிருக்கும் மக்களுக்குக் குழந்தை குடும்பம் ஆகியவற்றை விடவும் அந்த ஓட்டமே பிரதானமாகியிருந்தது. பணத்தை விட்டெறிந்து நேரத்தை வாங்கத் தலைப்பட்டு விட்டனர். அதனால்தான் 'எனி சர்விஸ்' ஒரே வருடத்தில் பதினொரு ஊழியர் களுக்கும் கணிசமான போனஸ் கொடுக்கும் அளவிற்கு வளர்ந்திருந்தது. ஒரு நாள் மளமள வென்று ஆபீஸிற்குள் நுழைந்தார் ஓர் ஆண். தன் மனைவி மிகவும் 'பிஸி', ஆகவே ஒரு வாடகைத் தாய் தேவையென்றார். தன் தொலைபேசி எண்ணைக் கொடுத்துவிட்டுப் போய்விட்டார். பாஸ் ஒரு மாதமாய் அந்தத் தம்பதியருக்குப் பிள்ளை பெற்றுக் கொடுக்கவென்று வாடகைத் தாயைத் தேடிக் கொண்டிருக்கிறார்.

நாயை 'வாக்கிங்' அழைத்துச் செல்லக்கூட பலருக்குக் காலை நேரத்தில் ஆள் தேவையாக இருந்தது. கையில் பழைய ந்யூஸ்

பேப்பரை எடுத்துக்கொண்டு உடன் நடந்துகொண்டே போக வேண்டும். அதன் காலைக் கடனையெல்லாம் பேப்பரில் எடுத்து குப்பைத் தொட்டியில் போட வேண்டும். இல்லையென்றால் அபராதமுண்டு. நாயைக் குளிப்பாட்டி பிரஷ் செய்துவிட, வீட்டு மளிகை வாங்க, வீட்டிலுள்ள திரைச் சீலைகளை யெல்லாம் அகற்றித் துவைத்து மறுபடியும் மாட்டி விட என்று எதற்கும் எல்லாவற்றிற்கும் மக்களுக்கு நேரப் பற்றாக்குறையிருந்தது. பணம் அள்ள அள்ளக் குறைவேயில்லாமல் இருக்கும் இவர்கள் இவ்வேலைகளுக்காக எங்களிடம் வந்தனர். சொல்லியழத் தோள் கொடு, காது கொடு என்றெல்லாம் கூட தொலைபேசியிலழைத்து நேரம் சொல்லிக் கூப்பிடுவார்கள். வேலையைப் பொருத்தும் சேவையைப் பொருத்தும் கட்டணங்களை பாஸ் தீர்மானிப்பார்.

போன வாரம் ஒரு தொலைபேசியழைப்பு வந்தது. பாஸ்தான் எடுத்தார். அழைத்தது ஒரு தந்தை. அவருக்கும் அவரது துணைவியாருக்கும் தங்களின் வர்த்தகத்தைக் கவனிக்கவே நேரமில்லை. ஆகவே, அவர்களது பதின்ம வயதுப் பெண்ணின் பிரச்சனைகளையெல்லாம் காது கொடுத்துக் கேட்க வேண்டும். ஒரு ஜோடிக் காது கிடைக்குமாவென்று கேட்டார். ரவியின் இரு காதுகளையும் அனுப்பி வைக்கிறேன் என்று கூறிவிட்டு பாஸ் ஃபோனை வைத்தார்.

மஞ்சள் முகத்தில் ஒரு மகிழ்ச்சியின்மை. கேட்க ஆள் கிடைத்ததும் அந்தப் பெண் ஒரேயொரு நிமிஷம் தயங்கி விட்டுப் பிறகு கொட்டித் தீர்த்துவிட்டாள். பதினைந்து வயதில் ஒரு பெண்ணுக்கு இவ்வளவு கவலைகளா என்று வியக்கும்படியிருந்தது எனக்கு. குறைந்தது இரண்டு வருடங்களாகப் பெற்றோரிடம் பேச நினைத்துப் பேசாமலேயே மனதிற்குள் உறங்கிக் கொண்டிருந்த அத்தனையும் வெளியேறின. முதலில் பெற்றோரிடம் பேச நினைத்தவையும், பிறகு ஒரு நண்பனிடம் பகிர்ந்துகொள்ளும் சில்லறை விஷயங்களும் கொஞ்சம் கொஞ்சமாக வந்து விழுந்தன. விவரமாகக் கேட்டுவிட்டுச் சுருக்கமாக எழுதியனுப்ப எனக்கு இரண்டு மணி நேரச் சம்பளமாக நாற்பது டாலர்கள். இறுதியில் அப்பெண்ணின் முகம் பிரகாசமாகியிருந்தது.

‘பெடோக்’ ரயில் நிலையத்தைக் கடந்ததுமே மறுபடியும் ஃபோன். டாரதி! படித்துக்கொண்டே ‘பிராண்டட்’ உடைகள் மற்றும் காலணிகள் போன்ற தன் ஆடம்பரச் செலவுகளைச் சமாளிக்க உபரி வருமானம் ஈட்டவென்று சில மாதங்களுக்கு முன் வேலைக்குச் சேர்ந்த ஓர் இரண்டுங்கெட்டான். ‘ஹலோ’ என்றதுமே, ‘ரவி, நீ எங்க

இருக்க? பெரியவரு வீட்டு நாய்க்கு இன்னிக்கு 'செக்கப்', மறந்துட்டியா? நீ போறியா, இல்ல நான் போகட்டா?'

'டாரதி, தாத்தாவும் நாயும் வேற ஆளப் பாத்தாலே டென்ஷனாயிடு வாங்க. ஆனா, வேற வழியுமில்ல, இன்னிக்கு நான் போக முடியாது. நான் வேற அசைன்மெண்ட்ல இருக்கேன். நீயே சமாளி.'

சனிக்கிழமை என்பதால் ரயிலில் காலை நேர நெருக்கடி அதிகமில்லை. சில பள்ளி மாணவர்கள் அவர்களின் தனியுலகத்தில் சஞ்சரித்தபடி பயணித்தனர். இரண்டு முதியவர்கள் காலை நேர ஓட்டத்தை முடித்துவிட்டு வியர்வை பளபளக்க நாளிதழில் ஆழ்ந்திருந்தனர். ஜன்னல் வழியே வெளியே நோட்டமிட்டேன். நேற்றைய மழையின் நினைவை மறந்த வானம் ஒன்பது மணிக்கே வெயிலால் வெளிறிக் கிடந்தது.

ஒரு வாரம் முன்பே ராஜன் 'எனி சர்விஸ்' கதவைத் தட்டித் தன் விசித்திரமான கோரிக்கையை வைத்திருந்தார். மெர்ஸிடிஸ் பென்ஸ் காரில் வந்திறங்கினார். உடையும் மிடுக்குமே 'பெரிய' பணக்காரர் என்று பறை சாற்றின. நேர்த்தியான ஆங்கிலம் நாவில் விளையாடியது. எல்லா விரல்களிலும் வைரம் மிளிர்ந்தது. 'நானும் என் வொய்ஃபும் ரொம்ப பிஸி. ஒருத்தர் இந்தியாவிலிருந்து 'டிரான்சிட்'ல வராங்க. அவங்கள 'ரிஸீவ்' பண்ணி, அஞ்சு மணிநேரம் அவங்க கூட இருக்கணும். மறுபடியும் 'ஏர் இந்தியா' விமானத்துல கலிஃபோர்னியாவுக்கு அவங்க கிளம்பற வரைக்கும் கூட இருந்தா போதும்.'

'சரி, இவங்க யாரு, என்ன பேரு, என்ன வயசு, எந்த ஃப்ளைட்ல வராங்க, எத்தனை மணி வரைக்கும் கம்பெனி குடுக்கணும்... எந்த மாதிரி உதவியெல்லாம் தேவையாயிருக்கும்... இந்த மாதிரி விவரங்கள்ளாம் தேவை, இந்த ஃபார்ம்ல ஃபில் பண்ணுங்க...' என்று சொல்லி என்னைப் பார்த்துக்கொள்ளச் சொல்லிவிட்டு பாஸ் அடுத்து வந்த தொலைபேசியழைப்பைக் கவனிக்கச் சென்றுவிட்டார்.

மூதாட்டிக்கு ஆங்கிலம் தெரியுமென்றாலும் கூட ஓர் இந்திய ஊழியரையே அனுப்ப விண்ணப்பித்திருந்தார். ராஜனின் முக்கிய எச்சரிக்கை விமான நிலையத்தில் திருமதி. லீலாவைத் தவறவிடக் கூடாது. அப்படி நான் அவரைக் காணத் தவறினால், கையிலிருக்கும் ராஜனின் முகவரியை டாக்ஸி ஓட்டுநரிடம் காட்டி நேராகச் சென்று அவர் வீட்டுக் கதவைத் தட்டிவிடுவார். அவர் தங்களின் வீட்டுக் கதவைத் தட்டிவிடாமல் இருக்கதான் 'எனி சர்விஸ்'ஸின் உதவியையே நாடியிருந்தார். அடுத்து வந்த மூன்று நாட்களுமே அதைப் பற்றியேதான் பேச்சாயிருந்தது ஆபீஸில்.

‘சாங்கி’ ரயில் நிலையத்திலிருந்து வெளியேறி நடந்தேன். மெள்ள விமான எண்ணைச் சரி பார்த்து உரிய இடத்தையடைந்தேன். அதிசயமாக இந்திய விமானம் சரியான நேரத்திற்குத் தரையிறங்கியிருந்தது. அடுத்த அரை மணி நேரத்தில் பயணிகள் நான்கு மணி நேரப் பயணக் களைப்பையெல்லாம் முகத்திலேந்திக்கொண்டும் தள்ளு வண்டிகளைத் தள்ளிக்கொண்டும் கூட்டம் கூட்டமாக வெளியேறினர். ஒரு சிலரைத் தவிர மற்ற அனைவருக்கும் சொந்த பந்தங்கள் எதிர்கொண்டழைக்க வந்திருந்தனர். நான்கு அட்டைகளில் மூன்று நிறுவனங்கள் தங்கள் தொழிலாளர் களுக்காகப் பிடித்துக் கொண்டிருந்தவை. நான் பிடித்துக் கொண்டிருந்தது தான் தனி நபருக்கானது. வெளியேறிய பயணிகளின் நடுத்தர வயதைக் கடந்த இந்தியப் பெண்மணியைத் தேடினேன். ராஜன் எடுத்துப் பல வருடங்களாகியிருந்த ஒரு நிழற்படத்தைக் காட்டியிருந்தார். அதில் இருப்பதைப்போல இப்போது இருக்க மாட்டார் என்றும் எச்சரித்திருந்தார்.

வெளிர் நீலச் சேலையணிந்து, தளர்ந்த கொண்டையுடன், தோளில் ஒரு பயணப்பையும் மறுகையில் ஒரு பணப்பையுமாக தூரத்தில் வந்து கொண்டிருந்தவர்தான் திருமதி. லீலாவாக இருக்க முடியுமென்று தோன்றியது. அவர் கண்களில் நன்றாகப் படும்படி அட்டையைக் கொஞ்சம் பலமாக ஆட்டிவிட்டு அவரது உயரத்திற்குப் பிடித்தேன். கவனிக்காது என்னைக் கடந்து சென்றுவிடாமல் அவரையே உற்றுப் பார்த்தேன். அவர் அட்டையைப் பார்த்து என்னை நோக்கி வருவது தெரிந்ததும்தான் இயல்பு நிலைக்குத் திரும்பினேன். நல்ல சிவந்த நிறத்தில் இருந்த அவர் பளீரென்று புன்னகைத்தார்.

‘நீங்க திருமதி லீலாவா?’ என்றதும் ஆமென்று தலையசைத்தார். ‘என் பெயர் ரவி. நான் ராஜன் கீழ வேலை செய்யறேன். அவர் எனக்கு நல்ல நண்பர்...’ நானும் சிரித்துக்கொண்டே ராஜன் சொல்லச் சொன்ன முதல் பொய்யைச் சொன்னேன். அவ்வாறு சொல்வது என் வேலை என்று என் மனசாட்சிக்குச் சமாதானம் சொல்லிக் கொண்டேன். அந்தப் பொய்யால் குறைந்தபட்சம் அந்த வயதான மூதாட்டிக்கு அதிர்ச்சியோ மன வேதனையோ இல்லாதிருக்குமென்றும் ஒரு கூடுதல் சமாதானம் உள்ளுக்குள் பிறந்தது. ஆனால், ராஜன் தவிர்க்க நினைக்கும் அளவிற்குப் பெரிய தொந்தரவாகத் தெரியவில்லையே இவரைப் பார்த்தால்.

ராஜன் சொல்லச் சொன்ன பொய்கள் ஒவ்வொன்றாக என் வாயிலிருந்து உதிர்ந்ததை உணர்ந்து எனக்கே என் மேல் ஆச்சரியம் பிறந்தது. ‘ரெண்டு பேருமே கொழந்தைங்களக் கூட்டிகிட்டு பினாங்குக்கு போயிருக்காங்க. இந்த ட்ரிப் முன்னாடியே ப்ளான்

பண்ணினது. அதனால கேன்சல் பண்ண முடியல. அதான் பாவம், வேற வழியில்லாம என்னை உங்களுக்கு கம்பெனி குடுக்க அனுப்பியிருக்காங்க. உங்க கிட்ட விளக்கிச் சொல்லி புரிய வைக்கச் சொன்னாங்க...' என்றதுமே, 'ராஜன் வருவான்னு நெனச்சேன். ஃபோன்லயாவது அவனோட பேசலாமா?' என்று குழந்தையின் ஆர்வத்தோடு கேட்டார்.

இணைப்பு கொடுக்கக் கூடாது, பேச விருப்பமில்லை என்ற ராஜனின் எச்சரிக்கை நினைவு வந்தது. 'இல்ல, அவங்க ஃபோன் எடுத்துகிட்டு போகல. இதையும்கூட சொல்லச் சொன்னாங்க. கவலைப்படாதீங்க. நான் அவர் கிட்ட சொல்றேன். வரீங்களா ஒரு கப் காபி சாப்பிடலாம்...' என்று பேச்சை மாற்றினேன். 'நானே ஒங்கிட்ட கேக்கணும்னு நெனச்சேன் ஒரு காபி சாப்பிடணும்னு. அதுக்கு முன்னால குளிக்கணும் ரவி. ஒரே கசகசன்னு இருக்கு. இங்கே குளிக்க வசதியிருக்கா?'

'ஓ... இருக்கே' என்றபடி குளியலறைகள் இருக்கும் இடத்திற்கு அழைத்துச் சென்றேன்.

'பரவாயில்லையே! இவ்வளவு வசதிகள் இங்கயே இருக்கும் பொழுது யார் வீட்டுக்கும் போய் தொந்தரவு பண்ண வேண்டாம் இல்ல' என்றாள். எனக்கு லேசாக திடுக்கென்றது. ராஜனின் குட்டு வெளிப்பட்டுவிடுமோ?

'என்னோட பைய நீ பார்த்துக்கோ. நா சீக்கிரமே வந்துடறேன். வா போன்னு நா ஒன்ன கூப்பிடலாமில்ல. எப்படியும் நீ என்னோட கடைசி மகள விட சின்னவனாத்தான் இருப்ப, அவளோட பிரசவத்துக்குதான் யூஎஸ் போறேன். முதல் பிரசவம்' என்றபடி உட்கார்ந்திருந்த இருக்கையிலிருந்து எழுந்துகொண்டார். பையிலிருந்து தனக்கு வேண்டிய சோப்பு, துண்டு, மாற்று உடை எல்லாவற்றையும் எடுத்துக்கொண்டு அங்கு வரிசையாக இருந்த குளியலறைக்குள் சென்று மறைந்தார்.

கையில் இருந்த பையில் அவரது பாஸ்போர்ட் போன்ற முக்கிய ஆவணங்கள் இருந்ததால், கீழே வைக்காமல் மடியில் வைத்துக் கொண்டு உட்கார்ந்தேன். தீவிரவாதம், சார்ஸ், பறவைக் காய்ச்சல் எதுவுமே சுருங்கி விட்ட உலகில் பயணத்துக்குத் தடையாகவே தெரியவில்லை. மக்கள் அலுக்காமல் மணிக்கணக்காகப் பறக்கத் தயாராகவேயிருக்கின்றனர். அங்கு வருவோர் போவோரை வேடிக்கை பார்த்துக் கொண்டிருந்ததில் இருபது நிமிடம் ஓடிவிட்டிருந்தது.

மனதின் மூலையில் சிறு சந்தேகம் துளிர்த்தது. அது பயமாக வளருமுன் திருமதி. லீலா குளியலறையிலிருந்து வெளிப்பட்டார். அழுக்குடன் களைப்பையும் சோப்புப் போட்டு கழுவியிருந்தார். நிறம் இரட்டிப்பாகியிருந்தது. இருக்கைக்கு வந்தவர், 'அடடா, சோப் பாக்ஸை உள்ளேயே விட்டுட்டேன்' என்று மறுபடியும் திரும்பிச் சென்றவரை, அவர் ஒருமையில் என்னைக் கூப்பிட்ட தைரியத்தில், 'இருங்க ஆன்ட்டி நா போய் எடுத்துகிட்டு வரேன். நீங்க உக்காருங்க. இதோ வந்துடறேன்' என்று அவரது பையை அவர் கையில் கொடுத்துவிட்டு குளியலறைக்குள் நுழையவிருந்த ஓர் இளம் பெண்ணிடம் சோப்புப் பெட்டியை எடுத்துக் கொடுக்கச் சொல்லி வாங்கிக்கொண்டு திருமதி. லீலாவிடம் கொடுத்தேன். 'ரொம்ப தேங்க்ஸ்பா. வரவர ஞாபக மறதி ஜாஸ்தியாயிடுச்சு...' என்றார் சிரித்தபடி. 'காஃபெடேரியா' வை நோக்கி நடக்க ஆரம்பித்தோம்.

மறுபடியும் ராஜன். எண்ணைப் பார்த்ததும் என் குரலைக் குறைத்துக் கொண்டே, 'ம்... ஆமா சர். வந்துட்டாங்க. அவங்க இப்பதான் குளிக்கப் போயிருந்தாங்க. இப்ப காபி சாப்பிட அழைச்சிகிட்டுப் போறேன். தெரியும் சர். ம்... ஓகே சர். நோ ப்ராப்ளம், பை...' என்றபடியே என் பின்னே நடந்த திருமதி.லீலா வருகிறாரா என்று பின்னாடி பார்த்துக்கொண்டே அவருக்கு இசைவாய் மெதுவாக நடந்தேன். 'ஆன்ட்டி, உங்களுக்கு வேற ஏதும் சாப்பிட வேணாமா? மேல ஒரு இட்டாலியன் ரெஸ்டாரண்ட் இருக்கு. ரொம்ப நல்லா இருக்கும். வேணா போவோமே...'

'இல்ல எனக்கு பசிக்கல. தாகமாதான் இருக்கு, காபியே போதும்...' என்றதும் நடையைத் தொடர்ந்தேன்.

'ரவி, பார்க்கதான் நான் கிண்ணுனு இருக்காப்போல இருக்கும். ஆனா, எனக்கு ஆர்த்ரைடிஸ் ப்ராப்ளமுண்டு...' என்றவரிடம் குற்றவுணர்ச்சியுடன், 'ஓ, ஐ'ம் ஸாரி ஆன்ட்டி. நான் ரொம்ப வேகமா நடந்துட்டேன் இல்ல. மெதுவாவே நடப்போம். ஒண்ணும் அவசரமில்ல...' என்றேன் நடையின் வேகத்தைக் குறைத்தபடி.

தொந்தரவாக இருந்த மொபைலை ஆஃப் பண்ணிவிடுவோமா என்று கை துருதுருத்தது. செய்தால் மறுநாளே வேலை போய்விடும். பாஸ் சரியான துர்வாசர். ஏன் என்னவென்றெல்லாம் விசாரிக்காமல் சீட்டைக் கிழிப்பதற்குப் பெயர் போனவர். நான் என் வேலையை இழக்க விரும்பவில்லை. ஆகவே சைலண்ட் மோடில் வைத்துக் கொண்டு தொடர்ந்து நடக்க ஆரம்பித்தேன். பேசிக்கொண்டே வந்தார். திருமதி. லீலா தன் மூத்த மகளுடன் சென்னையில் வசிக்கிறார்.

காபிக்குக் காசு கொடுக்கும்போது அவரிடம் சிங்கப்பூர் பணம் நூறு வெள்ளித் தாள்தான் இருந்தது. கடைக்காரர் சில்லறையாகக் கேட்டதும் நானே என்னிடமிருந்து இரண்டு காபிகளுக்கும் பணம் கொடுத்தேன். காபிக் கோப்பையைக் கையில் எடுத்துக்கொண்டே, 'அங்கெயெல்லாம் டிசம்பர் ரொம்ப குளிராமே. என்னோட மூட்டு வலிதான் ஜாஸ்தியாயிடும். அதுக்குதான் சொல்ல வந்தேன். இதோ இந்த ஏர் கண்டிஷனே கூட ஒத்துக்கல. மூட்டு கொடைய ஆரம்பிச்சாச்சு...' என்றார்.

காபிக்குச் சர்க்கரை போட்டுக்கொள்ளாமல் கொஞ்சம் கொஞ்சமாக பாதிக் கோப்பை வரை பேசாமல் குடித்தார். பிறகு எதோ நினைவு வந்தவராகத் தன் தோள் பையைத் திறந்தார். அதில் வெவ்வேறு அளவுகளில் பொட்டலங்கள். அவற்றை வேறு ஒரு ப்ளாஸ்டிக் பையில் போட்டு என்னிடம் நீட்டி, 'எலவடாம், கடுகுமாங்கா, வெங்காய வத்தல், இதெல்லாம் நானே செஞ்சது. ஒரு பாட்டில் மாகாளி கூட இருக்கு. ராஜனுக்கு பிடிக்கும். இதயெல்லாம் அவங்க கிட்ட நானே என் கையால கொடுப்பேன்னுதான் நெனச்சேன். பரவால்ல, நீயே கொடுத்துடு. பேரப் பிள்ளைக ரெண்டு பேரையும் பார்க்க முடியாதது வருத்தம்தான். பார்த்து கிட்டத்தட்ட ஒண்ணரை வருஷமிருக்கும். ராஜனையும் ரேஷ்மியையும் கூட பார்க்கணும்னு ஆசையாயிருந்தேன். ரெண்டு வாரம் முன்னாடி ஃபோன்ல கூட ஊருக்கு போகற விவரம் சொல்லல. அதான் வெளிய வரும்போதே அவனோட முகத்தையே தேடிகிட்டு வந்தேன். ராஜன் எனக்கு ஒரே சன்.'

'என்ன... ராஜன் உங்க மகனா?' என்று நாக்கு நுனி வரை வந்த கேள்வியை நல்ல வேளை தக்க தருணத்தில் அடக்கிக் கொண்டேன். 'ரொம்ப பாசம் எம்மேல அவனுக்கு. ரேஷ்மி இந்த நாட்டு பெண்ணா இருந்தாலும் எங்கூட சிநேகிதி மாதிரி பழகுவா தெரியுமா? நான் போன தடவை வந்து ஒரு மாசமிருந்தேன். நாந்தான் தெனம் சமைப்பேன் விதவிதமா. ரேஷ்மிக்கு நம்ம சமையல் அவ்வளவா தெரியாது. கத்துக் கொடுத்தாதானே தெரியும். இந்த ஊர் கிச்சன் அவ்வளவா பழக்கமில்லையா... முதல்லே கொஞ்சம் தகராறா இருந்தது...' என்று தொடர்ந்தபடியே யோசனையிலாழ்ந்தார் ஆன்ட்டி.

அடப்பாவி, சொந்தத் தாயா? யாரோ தூரத்துச் சொந்தமென்றல்லவா சொன்னான் அந்த ராஜன் அன்று! 'அம்மா'வென்று சொல்லி யிருந்தாலும் கூட பாஸ் இதற்கு இசைந்திருப்பார். அவருக்குத் தன் நிறுவனத்தின் சேவையின் தரம் மற்றும் வாடிக்கையாளர்களின் திருப்தி மிக மிக முக்கியம். உணர்ச்சிகளுக்கு இடமில்லை யென்றிருப்பார். பாஸ் போகச் சொன்னால், நானும்

மாட்டேனென்றா சொல்லியிருப்பேன்?! ஆனால், வேறு யாரையாவது அனுப்ப முயன்றிருக்கலாம். ‘வேற யாராவது செய்தாலும் பரவாயில்லையாக்கும், நீ மட்டும் செய்யக் கூடாதோ. டேய் ரவி, இதுவும் ஒரு விதத்தில் சுயநலம்தான்டா...’ என்று அதட்டியது மனசாட்சி. கண்களில் லேசாகக் கண்ணீர் தளும்பியது.

‘படிக்க ஏதானும் மேகஸின்ஸ் கிடைச்சா வாங்கிட்டு வர முடியுமா, ஆனா எங்கிட்ட சேஞ்ச்தான் இல்ல...’ என்று தயங்கித் தயங்கிக் கேட்டார். அதோடு ஒரு பனடால் மாத்திரையும் கேட்டார். உடனே எழுந்து ‘நானே வாங்கிக்கிட்டு வரேன் ஆன்ட்டி. ரொம்ப ஒண்ணும் ஆகாது’ என்று சொல்லிவிட்டு பேருந்து நிறுத்தத்திற்கு அருகில் இருக்கும் ‘ஃபேர் ப்ரைஸ்’ கடையில் நுழைந்து அவர் கேட்டவற்றை வாங்கிக் கொண்டுவந்து கொடுத்தேன். புன்னகையாலேயே நன்றி கூறினார்.

சுமார் மூன்று மணிக்கு ‘ஏர் இந்தியா’ பயணிகளுக்கு முதல் அழைப்பு விடுக்கப்பட்டது. திருமதி. லீலா என் முகத்தைப் பார்த்தார். ‘பரவாயில்ல. இன்னும் நேரமிருக்கு. என்னோட ஃபோன் நம்பர் எழுதிக்கொடுக்கறேன். எப்போ இந்தியா திரும்பறீங்களோ அப்போ நா வரேன். நேரமிருந்தா உங்கள எங்க அக்கா வீட்டுக்கு கூட்டிட்டுப் போறேன்...’ என்று ஒரு காகிதத்தில் என் முகவரி மற்றும் ஃபோன் நம்பர்களை எழுதிக் கொடுத்தேன்.

‘உனக்கெதுக்கு வீண் சிரமம். வரும்போது ராஜன் இருப்பான். அவன் வந்து கூட்டிட்டுப் போவான். முடிஞ்சா உனக்கு ஃபோன் பண்றேன். பார்ப்போமா, ஆமா, ராஜனை உனக்கு எத்தனை நாளா தெரியும்?’ விடை எதிர் பாராத கேள்வியை உதிர்த்துவிட்டுக் கையசைத்துச் சென்றார்.

அவரது நம்பிக்கையும் பாசமும் அப்படியே இருக்கட்டுமே! ராஜனின் குட்டையுடைத்து அதன் மூலம் அந்தத் தாயின் இதயத்தையும் உடைக்க ஏனோ எனக்கு மனமே வரவில்லை. கஷ்டப்பட்டு என் வாயைக் கட்டுப் படுத்திக் கொண்டேன். குற்றவுணர்வு ஒரு புறமும் மன நிம்மதி மறுபுறமுமாக என்னைக் குழப்பின. விநோதமான அசைன்மெண்ட் என்று காலையில் அதிசயித்தவன் என் வாழ்வில் மறக்க முடியாத நாளாக அமையுமென்று நினைத்திருப்பேனா ! நெடு நாட்கள் பழகியவரைப் பிரியும் மனக் கனத்துடன் வெளியேறினேன்.

மொபைல் கவனத்தை ஈர்த்தது. ராஜனின் அழைப்பு மறுபடியும்! இத்தனை முறை ஃபோனில் என்னோடு பேச முடிகிற இவனால், பெற்றவளுக்காக நேரத்தை ஒதுக்கவும் வீட்டிற்கு அழைத்துப் போகவும் முடியவில்லை. ஹார்ட்லெஸ் ஃபூல்..!

‘ஹலோ, ரவி, அவங்களுக்காக நீங்க ஏதும் செலவு செஞ்சா அதுக்கெல்லாம் நான் பொறுப்பில்ல. முன்னாடியே சொல்லி யிருக்கேன் ஞாபகமிருக்கில்ல? இதுதான் என்னோட கடைசி ‘கால்’. உங்களுடைய சேவைக்கான கட்டணத்துக்கு என்னோட ஆபீஸுக்கு பில்ல அனுப்பினா, ஒரே நாள்ள செக் அனுப்பிடறேன், சரியா...’ என்றதும், ‘செலவென்ன சர், பெரிய செலவு? பணத்த நீங்களே வச்சிக்கோங்க சர். பாஸ் கிட்டவும் சொல்லிடறேன். இதுக்கு நான் ‘சார்ஜ்’ பண்ணப் போறதில்ல. குட் பை’ என்று பட்டென்று சொல்லிவிட்டு இணைப்பைத் துண்டித்தேன்.

எனக்குதான் அம்மா இல்லை. நிழலில் இருக்கும் ராஜன், வெயிலில் இருக்கும் என் அளவிற்கு நிழலின் அருமையை உணர்ந்திருப்பாரா என்ன..?

•

கல்கி, 19-09-05
கலைமகள், அக்டோபர் 2005

அமரர் கல்கி நினைவுச் சிறுகதைப் போட்டி 2005ல் பிரசுரத்திற்கென்று தேர்ந்தெடுக்கப்பட்டது.

கண்ணாலே பேசிப்பேசி

~

முஸ்தஃபாவில் வாங்கவேண்டியிருந்த சில சாமான்களை வாங்கிக்கொண்டு வெளியேறினேன். மழை வரும் செய்தி தாங்கிய காற்று சிலுசிலுவென்று வீசி என்னில் ஏற்பட்டிருந்த களைப்பை விரட்டியது. சூல் கொண்ட மேகங்கள் இன்னமும் கனத்திருக்க வில்லை. கடை வாசலில் வரிசையாகக் காத்திருந்த டாக்ஸிகளில் ஒன்றில் ஏறலாமாவென்று ஒரு கணம் யோசித்தேன். மறுகணமே இனிமையான மாலையை அனுபவிப்போமே என்று முடிவெடுத்து, சிரெங்கூன் சாலையின் பெருமாள் கோயில் பேருந்து நிறுத்தத்தை நோக்கி நடக்க ஆரம்பித்தேன். முதலில் கோயிலுக்கு உள்ளே சென்று பெருமாளுக்கு ஒரு சின்ன ஹலோ சொல்லிவிடத்தான் நினைத்திருந்தேன். ஆனால், நிறுத்தத்தை நான் அடையவும், யீஷுன் போகும் விரைவுப் பேருந்து 857 வரவும் மிகச்சரியாக இருந்தது. வந்து நின்ற பஸ்ஸை விட மனமில்லாமல் பெருமாளை மனதிற்குள்ளேயே சேவித்த படி சட்டென்று ஏறிவிட்டேன்.

சனிக்கிழமை என்றால் பேருந்தில்தான் என்ன கூட்டம்! சீன ஓட்டுநர் சிநேகமாகச் சிரித்தார். பதிலுக்குப் புன்னகைத்துவிட்டு 'ஈஸி லிங்க்'கைத் தடவிக்கொண்டே ஏறும்போதுதான், வசதியாக நிற்கக்கூட இடமிருக்காதோ என்ற சந்தேகம் தட்டியது. பெருமாளையாவது பார்த்திருக்கலாம். ஆனால், அடுத்துவரும் பஸ்ஸும் இப்படிதானிருக்கப் போகிறது. ஏறியவர்கள் நகராமல் நின்றார்கள். முதுகுகளோடு முதுகுகள் பார்த்துக்கொண்ட இரண்டு வரிசைகள். நின்றவர்கள் விட்ட வழியில் புகுந்து பின்னால் நகர்ந்தேன். வலப்புறம் இரண்டாவது வரிசை இருக்கைகளின் பின்னால் பயணிகள் நிற்கவென்று இருக்கும் இடத்தில், இறங்கும்

வாசலுக்கு முன்பு, ஜன்னலையொட்டி நிற்க எனக்கு இடம் கிடைத்தது. அங்கிருந்து பஸ் நகரும்போது பெருமாள் விருட்டென்று தெரிந்து மறைந்தார். அதன் பிறகு, அடுத்ததிலிருந்து கிளம்பும்போது காளியம்மனும் ராமரும் தரிசனம் தந்தனர். பிறகு, சாலையை மறந்து பேருந்தின் உட்புறம் பார்த்தபடி நின்றுகொண்டேன். நின்றவர்களின் எண்ணிக்கை இன்னும் கூடிவிட்டிருந்தது.

உள்ளேயிருந்த செயற்கைத் தண்மையை மறுத்து, வெளியே நிலவிய அற்புதமான இயற்கைத் தண்மைக்கு ஏங்கியது மனமும் உடலும். யாரோ மெக்டோனாட்டிலிருந்து அவசரமாக வாங்கிக்கொண்டு பேருந்தில் ஏறியிருக்க வேண்டும். 'ஆப்பிள் பைய்'யின் மணம் பேருந்தின் பின்புறத்திலிருந்து மிதந்து நிறைத்தது. அருகில் இருந்தவர்களில் யாரோ முந்தைய தினம் ஏராளமாக பூண்டு சமாசாரங்கள் சாப்பிட்டிருப்பார்கள்போல, உலர்ந்து விட்டிருந்த வியர்வை பூண்டு மணத்தைப் பரப்பியது.

உட்கார்ந்திருந்தவர்களில் முக்கால்வாசிப் பேர் சௌகரியமாக உறங்கிக் கொண்டிருந்தனர். நின்றவர்களில் சுற்று முற்றும் வேடிக்கை பார்த்தபடியிருந்தது நான் மட்டும்தான். வரிசையின் கடைசியில் நின்றுகொண்டே தூங்கிக் கொண்டிருந்த முதியவர் ஒருவரை அங்கிருந்தே பார்க்க முடிந்தது. அதிக நிறுத்தங்கள் இல்லாமல் விரைவுச் சாலையில் நேராகவும் சீராகவும், குலுக்கல் இல்லாமல் வழுக்கிக்கொண்டு பேருந்து விரைந்து செல்லும்போது, உறங்குபவர்களுக்கு சீரான உறக்கமும் விழித்திருப்பவர்களுக்கு கொட்டாவியும் வரத்தானே செய்யும். அதிக ஏற்றமோ இறக்கமோ இல்லாத 'ம்' என்ற பேருந்தின் ஓட்ட ஓசை வேறு தாலாட்டாய் இருந்தது.

என் முன் இருந்த இருக்கைகளில் ஜன்னலையடுத்திருந்த இருக்கையில் வீட்டில் உறங்குவதைப் போலவே ஒரு மலாய் மாது ஆழ்ந்து உறங்கிக் கொண்டிருந்தார். பக்கத்தில் உட்கார்ந்திருந்த சீனப் பெண் தன் தலையை விட்டத்தை நோக்கித் திருப்பி தன் பின்னால், அதாவது என்னருகே நின்றிருந்தவனையே கண்ணோடு கண் பொருத்த முயன்றபடியிருந்தாள். இடது கை விரல்கள் விரித்த நிலையில் மேல் மார்பின் மீது. முகத்தில் ஏதோ தவிப்பு. இவள் என்ன செய்கிறாள்? அவன் கணவனோ, இல்லை காதலனோவாகதான் இருக்கவேண்டும் என்று முதலில் நினைத்துக்கொண்டேன்.

ஆனால், அப்படியும் தெரியவில்லையே, அவன் ஏதோ நினைவில் ஜன்னலுக்கு வெளியில் பார்த்துக் கொண்டிருப்பதைப் பார்த்தால் அவளுக்குத் தெரிந்தவனைப் போலவே இல்லை. திடீரென்று

இருக்கையின் நுனிக்குப் போனாள். தனக்கு வலப்பக்கம் நின்றிருந்தவனின் முகத்தை நோக்கி, அதேபோல இவனின் கண்களைச் சந்திக்க முயன்றாள். கம்பியில் தொங்கிக் கொண்டிருந்த அவனும் கண்மூடி காதில் பொருத்தியிருந்த வாக்மேன் இசையில் லயித்திருந்தான்.

மீண்டும் இருக்கையில் சாய்ந்தாள். நடுவில் நின்றிருந்தவர் களிடையே ஊடுருவி மறுபுறம் பார்த்தாள். சில வரிசைகள் தள்ளி பின்பக்கம் அவளோடு வந்த 'அக்கா' இருந்தார் போல. ஆனால், இவள் கூப்பிட்டது 'அக்கா'வின் காதில் விழாததாலோ இல்லை, 'அக்கா' உறங்கிக் கொண்டிருந்ததாலோ அங்கிருந்து பதிலேயில்லை. எதற்காக இந்தத் தவிப்பு இவளுக்கு?

அத்தனை கூட்டத்திலும் என் கவனத்தை ஈர்த்த ஒரே ஆள் அவள்தான். அந்த அளவிற்கு பதற்றமாகக் காணப் பட்டாள். என்ன, ஒரு பதினேழிலிருந்து இருபது வரையில் ஏதோ ஒரு வயதிருக்கும். கால்மேல் கால் போட்டிருந்தவளின் மடியில் ஒரு விஸிட்டிங் கார்ட் அளவில் ஒரு குட்டி பர்ஸ்.

காலில் வெளிர் நீலத்தில் ரீபோக். முக்கால் ஜீன்ஸ் அணிந்து இடுப்பில் பிரிட்னி ஸ்பெஷல் பெல்ட் போட்டிருந்தாள். தொப்புள் தெரியக்கூடிய அளவிற்கு மூன்று அல்லது நான்கு விரல் கடை இடைவெளி விட்டுதான் மேல் சட்டை முடிந்திருந்தது. கழுத்து எலும்பிலிருந்து கிட்டத்தட்ட அரை ஜாண் இடம் விட்டு பல வண்ணங்களில் மெல்லிய குறுக்குக் கோடுகள் போட்ட மேல் சட்டை ஆரம்பித்தது. தோளிலிருந்து வழிந்த இரண்டு 'ஸ்பகெட்டி' ஸ்ட்ராப்புகளின் உதவியோடுதான் அது தன் இடத்தில் இருந்தது. மார்புப் பிளவு தெரியவென்றே உடுத்தும் மேல்சட்டைதான். அதில் யாதொரு சந்தேகமும் இல்லை. தோளில் இருந்த இரண்டு வார்களுடன் உள்ளாடைகளின் 'ட்ரான்ஸ்பேரன்ட்' ஸ்ட்ராப்புகள் இரண்டும் அவளின் அருகில் நின்றால் தெரியும்.

பார்த்துப் பார்த்துப் பழகிய உள்ளூர் உடை கலாசாரம்தானே, அதுவும் பத்து வருடங்களுக்கு மேலாக. இதெல்லாம் என்ன பெரிய விஷயமா என்றால் இல்லை. நிச்சயமாக இல்லை. ஆனால் அவளின் தவிப்பு? அதுதானே புத்தம் புதிது.

கிள்ளியெடுக்கச் சதையில்லாமல்தானிருந்தாள். சொல்லப் போனால், முன்புறமும் பின்புறமும் கூட அதிக மேடுகளோ வளைவுகளோ இல்லாமல் சராசரியாகதான் தெரிந்தாள். கண்ணைக் கவர்ந்தது என்று பார்த்தால் தந்தத்தைப் பழிக்கும் நிறத்தை வேண்டுமானால் சொல்லலாம். எலும்பின் மேல் நேரடியாகப்

போர்த்தியிருந்த வழவழப்பான பாலேடு போன்ற தோல். மற்றபடி பெரிதாக ஒன்றுமில்லை. நூறோடு நூற்றியொன்று ரகமாகதான் தோன்றும் உள்ளூரிலேயே வாழ்ந்து பழக்கப்பட்ட யாருக்கும். அவளின் உடல் மொழியல்லவோ என் கவனத்தை ஈர்த்தது. ஆனால், ஏன் மற்றவருக்கு மேற்படாத அசௌகரியம் அதனால் எனக்கு மட்டும்?

பின் இருக்கையில் கேட்ட 'மாண்டரின்' உரையாடலுக்குத் தாவியது காது. இரண்டு அந்நியர்கள்தான் என்பது ஆரம்ப உரையாடலில் தெரிந்துவிட்டது. நடுத்தர வயதுப் பெண் ஒருவரும் ஆண் ஒருவரும். ஆண் உட்கார்ந்திருந்தார். நின்றுகொண்டே பயணித்த பெண்ணோ உட்கார அனுமதிக்குமாறு தன் 'வாரிகோஸ் வெயின்ஸ்' பிரச்சனையைக் காட்டிக் கேட்கவே, ஆண் முதலில் தனக்கும் அதே பிரச்சனையுண்டு என்று சொல்லி மறுத்தார்.

பெண் நம்பவில்லை. பெண்களுக்குதான் அது வரும் என்று சிரித்தபடி சர்ச்சையை ஆரம்பிக்க, ஆண் அவரது கால் சட்டையைத் தூக்கிக் காண்பிக்க, பிறகு இருவரும் விவாதத்தை விட்டுவிட்டு சகஜமாய்ப் பேச ஆரம்பித்து விட்டனர். பெண் உட்கார்ந்துகொண்டு நின்ற ஆணுக்கு, 'ஸ்யேஸே நீ' கூறி நன்றி பாராட்டினார். சளசளவென்று அவரவர் மருத்துவ அறிவைப் பகிர்ந்துகொள்ளத் தொடங்கிவிட்டனர். பேருந்தினுள் நிலவிய அமைதி குலைய ஆரம்பித்தது.

சமீப காலம் வரை வாய்பார்க்கும் பழக்கமாக மட்டுமே இருந்தவள், அம்மொழியைக் கற்றுக் கொள்ளலாமென்று ஆரம்பித்திருந்ததன் விளைவு, உள்ளூர்வாசிகள் ஒரு செம்மொழியை எப்படியெல்லாம் சிதைக்கிறார்கள் என்று ஆராய ஆரம்பித்திருந்தேன். வாய்ப்பு கிடைக்கும் போதெல்லாம் பெய்ஜிங் ஆட்கள் பேசும் பாணியில் நாக்கைச் சுழற்றிச் சுழற்றிப் பேசி இவர்கள் கேலி செய்யத் தவறுவதேயில்லை என்பதுதான் அந்த வேடிக்கையிலும் வேடிக்கை.

மீண்டும் சீன இளைஞி தன் அக்காவைக் கூப்பிடுவது கேட்டது. அவளை முதல் முறை திரும்பிப் பார்க்க வைத்ததும், மீண்டும் மீண்டும் பார்க்க வைத்ததும் அவளின் பதற்றமும் தவிப்பும். அவை மற்றவர்களையும் திரும்பிப் பார்க்க வைத்ததாவென்று சுற்று முற்றும் கவனித்தேன். அவரவர் அவரவர் உலகில். உறக்கம், மொபைல் உரையாடல், வாக்மேனில் பிரிட்னி, ஆவ்ரல் லவின் இல்லை எமினெம் என்று ஏதோ ஒன்று.

உட்கார்ந்த வாக்கில் அப்படியே தன் மடியிலேயே முன்புறம் சாய்ந்து தன் மடியிலேயே படுத்துப் பார்த்தாள். கீழே குனிந்து எதையோ

தேடுகிறாளோ என்றுதான் நினைக்கத் தோன்றும். அதிக நேரம் அவளால் அந்த நிலையில் நீடிக்க முடியவில்லை போலும். சில நிமிடங்களிலேயே இருக்கையில் சாய்ந்து உட்கார்ந்து கொண்டாள். அதே நிலையில் தலையை மட்டும் உயர்த்தி சில நொடிகள் இருக்கைக்குப் பின்னால் நின்றிருந்தவனின் முகத்தையே உற்றுப் பார்த்தாள். பிறகு, வலது கை கழுத்துக்குக் கீழே மார்பிலும் இடது கை பின்னால் சட்டையை இழுத்து விட்டுக்கொண்டும் இருக்கையின் நுனிக்கு வந்து தலையை மேலே தூக்கி வலப் புறத்தில் நின்றிருந்தவனின் முகத்தை உற்று உற்றுப் பார்க்க ஆரம்பித்தாள். தலையைத் திருகி நிமிர்ந்து, பார்த்துப் பார்த்து கழுத்து வலிதான் வரப்போகிறது என்று நினைத்துக்கொண்டேன்.

சட்டென்று எதிர்பாராமல் இருக்கும்போது பிடித்துவிடும் நோக்கில் கழுத்தைத் தூக்கி இருவரையும் ஐந்து நிமிட இடைவெளி விட்டுப் பார்த்தாள். ஓஹோ, என் சந்தேகம் சரிதான். நிற்பவர்கள் 'பார்க்கிறார்களா' என்று கண்டு பிடிக்கிறாளாம் லேடி 'ஷெர்லக் ஹோம்ஸ்'.

உடுத்தும்போது தோன்றவில்லையோ, தான் உட்கார்ந்துகொண்டு இருந்தால் நின்றிருப்பவரின் கண்ணில் ஆழங்கள் படலாமென்று. இல்லை, எதிர்பார்க்கத்தான் இல்லையோ அத்தகைய நிலை ஏற்படுமென்று. அவள் படும் பாட்டைப் பார்த்தால் யாருக்கும் கிருஷ்ணனாய் அவதாரமெடுக்கலாமா என்று தோன்றும். ஆனால், கட்டியிருந்த புடைவையில் பாதியையா கொடுக்க முடியும். சரி, அப்படியேயானாலும்கூட நான் தாவணியில் வீட்டுக்குத் திரும்பிப் போவதை நினைத்ததுமே குபீரென்று கிளம்பிய சிரிப்பை அடக்கிக் கொண்டேன். தாவணி அணியவும் வயதொன்று வேண்டாமா... வழக்கமாய் அணியும் சல்வார் கமீஸ் அணிந்திருந்தாலும் துப்பட்டாவையாவது கொடுத்து உதவியிருக்கலாம். கொடுத்தால் வாங்கிக்கொள்வாளா? இல்லை, 'என் விஷயத்தில் மூக்கை நுழைக்காதே' என்று பார்வையிலேயே எச்சரிப்பாளோ...

அவளருகில் நின்றிருந்தவர்களைப் பார்த்தேன். வெளிநாட்டு ஊழியர்கள் இருவருமே இந்தியர்கள் என்றுதான் முதலில் நினைத்தேன். ஆனால், அந்தப் பெண்ணின் இருக்கைக்குப் பின்புறமிருந்தவனின் கையடக்கத் தொலைபேசி சிணுங்கியதும் வங்காளத்தில் பேசினான். 'தாக்கா'வாசிகளின் வங்க மொழி ப்ரயோகத்தில் இருந்த சில்லறை வித்தியாசங்களைக் கண்டுகொள்ள முரட்டுப் பிள்ளையின் பிடிவாதத்துடன் முயன்ற என் காதுகள் பழைய நினைவேடுகளிலிருந்த 'ஷோணார் போங்க்ளா'வில் முழுமையாக

லயிக்க மறுத்தன. பேசிக் கொண்டேயிருந்தவன் டக்கென்று ஃபோனை அணைத்துவிட்டு அடுத்து வந்த 'பெண்டமியர்' நிறுத்தத்தில் இறங்கி விறுவிறுவென்று சென்றுவிட்டான்.

அங்கு இறங்கியவர்களை விட ஏறியவர்கள் அதிகம். ஏறவிருந்த இன்னும் சிலரை ஏறவேண்டாமென்று பணிவாகச் சொல்லி, கதவையும் இதமாக அடைத்தார் ஓட்டுநர். இப்போது வங்காளி நின்ற அதே இடத்தில் ஒரு சீன இளைஞன். குளித்து உடுத்தி பளிச்சென்ற புத்துணர்ச்சியோடு வந்தவன். ஜன்னல் வழியே வீதிக்குத் தன் நிலைத்த பார்வையைத் தந்துவிட்டு 'பரப்ரம்மமே' என்று நின்றான்.

நீரிலிருந்து தூக்கி நிலத்தில் போட்ட மீனாய்த் தவித்த அந்தச் சீனப் பெண், சீனனைப் பார்த்ததும் கொஞ்சம் சௌகரியமாகச் சாய்ந்து உட்கார்ந்துகொண்டு வலது புறத்தில் நின்றவனின் மேல் தன் முழுக் கவனத்தைச் செலுத்தினாள். ஏறிவந்தவர்கள் தன்னைக் கடந்து செல்ல வழி விட்டுவிட்டு அங்கேயே நின்ற அவனுக்கு அந்த இடம்தான் சௌகரியமாக இருந்ததோ... அங்கேயே தொடர்ந்து நின்றான். நான் ஏறும்போது கூட கடந்து செல்ல வழிவிட்டு அங்கேயே நின்றது நினைவு வந்தது. அவனின் 'வாக் மேன்' அவன் காதுகளுக்குக் கொடுத்தது போக மீதிக் கொஞ்சம் எஸ்.பீ. பாலசுப்ரமணியனின் 'ஆயிரம் நிலவே வா'வை என் காதுகளுக்கும் கொடுத்திருந்தது.

பின்னால் இருந்த அவளின் கவனம் முழுவதுமாய் விடைபெற்றிருந்தது. சீனன் மிகவும் யோக்கியன் என்ற நினைப்போ... ஒருவேளை சீனன் பார்த்தால் பரவாயில்லை என்ற எண்ணமோ... அதுவரை வராத எரிச்சலும் கோபமும் அவள் மேல் எனக்கு ஏற்பட்டது. பேசாமல் இருக்கையை வேறு யாருக்காவது விட்டுக் கொடுத்து விட்டு எழுந்து நின்றால்தான் என்ன? அதற்கும் அவளுக்கு மனமில்லை.

அவளின் தவிப்பு கூடவா மற்றவரைக் கவரவில்லை? பயணிகள் அவளின் இருப்பைக்கூட அறியாதிருந்தனர். அவளைச் சுற்றி நின்றிருந்த பயணிகளுக்கு தத்தம் கவலைகளும், இலக்குகள் பற்றிய சிந்தனைகளும், பாட்டு கேட்கும் ஆர்வமும்தான் இருந்தது. இவளோ இதையெல்லாம் உணராமல் வெளிநாட்டு ஊழியர்களையே உற்று உற்று நோக்கிக் கொண்டிருந்தது முற்றிலும் விநோதம். பொத்தாம் பொதுவாய் தோற்றம் மற்றும் அந்தஸ்து ஆகியவற்றை வைத்து, எல்லோரையுமே ஒரே மாதிரி நினைப்பதில் வரும் பிரச்சனையல்லாமல் வேறு என்ன?

அவளின் பதற்றம் என்னைத் தொந்தரவு செய்ததில் நான் செய்யத் திட்டமிட்டிருந்த 'குருட்டு யோசனை'யைக் கூட செய்யவில்லை. என்னையறியாமல் அவளையே கவனித்திருந்தேன். 'அக்கா' என்ற அழைப்பைத் தவிர வேறு சொல்லின்றி, அன்று அவளின் பார்வையும் கைகளும் மட்டும் பேசிய வார்த்தைகள்தான் எத்தனை எத்தனை..! உடல் மொழி இத்தனை விரிவாகவும் கூட பேசுமோ என்று முதல் முதலாய் அன்று நான் வியந்தேன். நல்ல வேளை நான் ஆணாகயிருக்கவில்லை. பெண்ணாய் இருந்தது வசதியாய்ப் போயிற்று. சொல்லப் போனால், அதனால்தான் அவளுடைய தவிப்பின் பின்னணியே எனக்குப் புரிந்ததோ... ஆணாய் இருந்திருந்தால் புரியாது போயிருக்கலாம் என்பது ஒருபுறமிருக்க நான் ஆணாய் மட்டும் இருந்திருந்தால் பேருந்தை நிறுத்தி, போலீஸையே கூப்பிட்டிருப்பாளோ... நான் 'பார்த்தேன்' என்று புகார்கூட கொடுத்துவிட்டிருப்பாள்.

அடுத்து வந்த நிறுத்தங்களில் இறங்கியவர்கள் போக நின்றவர்கள் வசதியாய் நின்றுகொள்ள முடிந்தது. உட்கார்ந்திருந்தவர்கள் யாரும் இறங்கவேயில்லை. மறுபடியும், மறுபுறம் நோக்கி சற்று உரத்த குரலில் அக்காவின் பெயரைச் சொல்லிக் கூப்பிட்டாள். இம்முறையும் அங்கிருந்து பதிலே இல்லை. மார்பின் மேல் பகுதியிலிருந்து கையை மட்டும் எடுக்கவேயில்லை. வலது கை மாற்றி இடது கை, மீண்டும் இடது கை மாற்றி வலது கை என்று மாற்றி மாற்றி அவளின் கழுத்துக்குக் கீழே விரித்தபடி வைத்துக் கொண்டிருந்தாள்.

என் பக்கம் பார்வையைச் செலுத்தியவளிடம், 'வான்ட் மை ஹெல்ப்? ஹூ இஸ் யூர் சிஸ்டர்?' என்று கேட்டேன். உதவி கிடைத்த நிம்மதி லேசாக முகத்தில் படர்ந்த மாதிரி இருந்தது. கறுப்பு ஜீன்ஸ் வெள்ளைச் சட்டையணிந்தவள் என்றதும், யூ சூ காங்கின் 'மொடரோலா' நிறுத்தத்தில் மீண்டும் சிலர் இறங்கி, பலர் ஏறிய இடைவெளியில் புகுந்து மறுபுறம் சென்று தூங்கிக் கொண்டிருந்த அவளின் அக்காவைக் காண்பித்து, 'இவளா?' என்று ஜாடையாக தலை திருப்பிக் கேட்டேன். ஆமென்றாள் தலையசைத்து. அக்காளைத் தோளைத் தொட்டு எழுப்பினேன். சிவந்த கண்களோடு மலங்க மலங்க விழித்தவளிடம், அவளின் சகோதரி கூப்பிடுவதாகச் சொல்லிவிட்டு மீண்டும் அதே இடத்திற்கு வந்து நின்றுகொண்டேன்.

அக்கா அங்கிருந்து என்னவென்று கேட்க, எதையோ தரச்சொல்லி தங்கை இங்கிருந்தே கையை நீட்டிக் கேட்டாள். இடம் போய் விடாமல் அங்கே உட்கார்ந்துகொண்டு, நின்றவர்களின் வரிசையின் இடைவெளியில் கையை மட்டும் நுழைத்து 'அக்கா' கொடுத்ததை வாங்கி தங்கையிடம் கொடுத்தேன் நான். விலைப் பட்டையோடு

கூடிய புத்தம் புதிய டீஷர்ட்தான் அது என்று அவள் குளிருக்குப் போர்த்திக் கொள்வதைப்போல மார்பில் தாடை வரை போர்த்திக் கொண்டு சாய்ந்தபோதுதான் தெரிந்தது. பதற்றம் விலகிய மறுநிமிடமே தளர்ந்து உறங்கிவிட்டாள்.

அவள் பட்ட பாட்டைப் பார்த்தபடியிருந்த எனக்கே 'அப்பாடி...' என்று நிம்மதிப் பெருமூச்சு எழுந்தது. இன்னும் இரண்டு மூன்று நிறுத்தங்களுக்குள் யீஷுன் 'இன்டர்சேஞ்ச்' என்றழைக்கப்படும் கடைசி நிறுத்தமே வரவிருந்தது. ஏன் அரை குறையாய் உடுத்த வேண்டும்? பின் இந்தத் தவிப்பு தவிக்கவேண்டும்? முட்டாள் பெண், குறைந்தபட்சம் ஷாப்பிங் பையை அக்காவிடம் கொடுக்காமல் தானே கையில் வைத்துக் கொண்டிருந்திருக்கலாம்.

•

சிஃபி தீபாவளி மலர், 2005

பார்வை

~

ஒரு வாரமாக, 'பாஸ்டன்லேருந்து என் கஸின் வரா...' என்று சதா சொல்லிக்கொண்டு வீட்டிலிருந்தவர்களின் அலுப்பையும் சலிப்பையும் சம்பாதித்துக் கொண்டிருந்தாள் அம்மா. எங்களின் முகச் சுளிப்புகளுக்கோ, கிண்டல் புன்னகைகளுக்கோ கொஞ்சமும் திருந்திவிடாமல் தொடர்ந்து எங்களைப் படுத்திக் கொண்டிருந்தாள். அம்மாவின் தூரத்து அக்கா முதல் முறையாக சிங்கப்பூருக்கு வருவதாக இருந்தனர். அம்மாவுக்கு ஒரே உற்சாகம்.

முதல் நாளே இதைச் சமைக்கவா, அதைச் சமைக்கவா என்று வீட்டில் கருத்துக் கணிப்பு நடத்தி ஓய்ந்து, பிறகு தானே ஒரு பட்டியலைப் போட்டு, சமைக்க ஆரம்பித்துவிட்டாள். வீட்டில் இல்லாத கொத்து மல்லிக்கும், வெங்காயத்துக்கும் அப்பாவைக் கடைக்கு தனித்தனியே இரண்டு முறை பணிவாக விரட்டினாள். இருபது வருடங்களில் அம்மாவின் அமளிகளுக்குப் பழக்கப்பட்டிருந்ததால் ஒரு கேள்விகூட கேட்காமல் கிளம்பிப் போனார் அருகிலிருந்த காய்கறிச் சந்தைக்கு.

நான்கு நாட்களுக்கு முன்பே இரவு நேராக இங்கேதான் வருவார்கள் என்று தானாகவே நினைத்துக்கொண்டு, ஒரு முறை சமைத்து வைத்துக் காத்திருந்தாயிற்று. தனது எட்டாவது வயதில் பார்த்த பிறகு முப்பத்து மூன்று வருடங்கள் கழித்துப் பார்க்கப் போகும் தூரத்துச் சொந்தமாக நினைக்காமல், ஏதோ சொந்த அக்காவை வருடக்கணக்கில் பார்க்காமல் பார்க்கப் போகும் ஆவல் எப்படிதான் வந்ததோ அம்மாவுக்கு. ஆனால், சாங்கி விமான நிலையத்திலிருந்து அம்மாவின் அக்கா,'விசாலம், நாங்க வந்து எறங்கிட்டோம். ஸோ டயர்ட். என்னோட ஒண்ணு விட்ட நாத்தனார் ஆத்துலதான் தங்கறதா

இருக்கோம். அவா நம்பர் எழுதிக்கறியா?' என்று சொல்லி அம்மாவை ஏமாற்றிவிட்டார்கள். அவளின் குண்டு முகம் சட்டென்று வாடித்தான் போனது அன்று.

எப்படிதான், மிக இயல்பாக அக்கா, அக்கா என்று ஃபோனில் குழைந்து பேச முடிகிறதோ என்று நினைத்துக் கொண்டேன். நானும் வேறு பெரியம்மா என்று கூப்பிட வேண்டுமென்று எதிர்பார்த்தாள். திடீரென்று எப்படி வரும் எனக்கு? அம்மாவின் மறுபெயர் தான் அலாதியோ? 'வீக் டேஸ்ல வரதவிட ஞாயித்துக் கெழம வரோமே... இவருக்கும் உங்காத்துக்காரர பாக்கணுமாம்... ஓகேயா? பை...' என்று ஃபோனை வைத்ததும் அம்மா புலம்பினாள். 'நீயாவே ஏம்மா நேரா அவா இங்கதான் வரான்னு 'அஸ்யூம்' பண்ணிண்டு, சமைச்சு வச்சுண்டு அவதிப்படற...' என்று நான் கேட்டதுக்கு அம்மா ஒன்றுமே சொல்லாமல் என் முகத்தையே திருதிருவென்று விழித்துபடி பார்த்துக் கொண்டிருந்தாள். அடுத்த நாளும் நாங்கள் சமைத்ததையெல்லாம் மீண்டும் ஒருமுறை சாப்பிட்டுத் தீர்த்தோம்.

ஞாயிறு காலையிலேயே சமையலறையில் பல விதமான ஓசைகள் கேட்டன. தினப்படிச் சமையலை அமைதியாக முடித்துவிட்டு வெளியேறும் அம்மாவுக்கு, யாராவது ஒரு ஆள் சாப்பிட வருவதாயிருந்தால் திடீரென்று சமையலறை, அங்குள்ள சாமான்கள் மற்றும் சமையல் பக்குவங்கள் எல்லாமே எப்படி அந்நியமாகிப் போகின்றன என்று நூற்றியோராவது முறையாக அதிசயித்தேன். வரவிருக்கிறவர்களை மகிழ்விக்கவும் திருப்திப்படுத்தவும் அம்மா எடுக்கும் பிரத்யேக பிரயத்தனங்கள் அவளைக் குழப்பத்தில் ஆழ்த்திவிடுகின்றன என்றுதான் எனக்குத் தோன்றியது.

'பெரியம்மா வரபோது உள்ள போய் நீ பாட்டுக்கு படிச்சுண்டிருக்காதடி ஸ்ரீநிதி. கொஞ்சம் ஹாலுக்கு வந்து பேசிண்டிரு... அவா பொண்ணும் வராளாம், அவளுக்காவது கொஞ்ச நாழிக்கி கம்பனி கொடு...' என்று அம்மா முதல் நாளே சொல்லிவிட்டிருந்ததால், நான் முடிக்க வேண்டிய அஸைன்மெண்டை முடிக்கும் மும்முரத்தில் இருந்தேன். அம்மாவின் சமையலறைச் சாகசங்கள் ஏற்படுத்திய ஓசைகள் அடைத்திருந்த அறைக் கதவின் இடுக்கு வழியாக வந்து காதில் மோதித் தொந்தரவு கொடுத்தன.

ஞாயிறு மதியம். சூரியத் தொலைக்காட்சியில் 'சப்தஸ்வரங்கள்' ஓடிக் கொண்டிருந்தது. அடித்துப் பெய்யாமல் பிசுபிசுவென்று போக்குக் காட்டிக் கொண்டிருந்தது மழை. அவர்கள் வரும்போது, வழக்கமாய் நாங்கள் சாப்பிடும் நேரம். குசலங்கள் பரஸ்பரம் விசாரிக்கப்பட்டு, சிங்கப்பூரின் சீதோஷணத்தைச் சகிக்க முடியாத அவர்களின்

நிலையை அவர்கள் சொல்லக் கேட்டுக் கொண்டிருந்தோம் சோபாக்களில் உட்கார்ந்துகொண்டு.

அம்மாவின் முகமெங்கும் பல்லாகத் தெரிந்தது. அம்மா அப்பாவின் ஜாடை துளிகூட இல்லாமல், ஆனால் மிகவும் லக்ஷணமாக, கோதுமை நிறத்தில் பளிச்சென்று இருந்தாள் இஷிதா. என்னை விட ஒரு நான்கு வயது மூத்தவளாகயிருப்பாள். அமெரிக்க ஆங்கிலத்தை நாவால் சுழற்றிச் சுழற்றி வேகமாகப் பேசினாள். சிரித்த முகம். நாங்கள் பேசியவற்றைத் தெளிவாகப் புரிந்துகொண்டு எங்களுடன் சிரித்தாள். ஆனால், தமிழில் பேசவேயில்லை. தமிழில் கேட்ட கேள்விகளுக்கும் ஆங்கிலத்தில்தான் பதில்.

இஷிதாவின் அப்பா அதிகம் பேசவில்லை. சேர்த்து வைத்து அவளின் அம்மா லொடலொடவென்று பேசித் தள்ளினார். மற்றவர்களுக்குப் பேச வாய்ப்பளிக்காமல் தன்னுடைய கார் பற்றியும், தான் பார்த்த நர்ஸ் வேலை பற்றியும், பக்கத்துவீட்டு நாய் பற்றியும் வாய் மூடாமல் பேசினார். இடையிடையே இட்டு நிரப்ப இரண்டு நாட்களுக்கு முன்பு சென்று வந்திருந்த சிரெங்கூன் ரோட் அனுபவங்கள். சாப்பிட்ட சாப்பாடெல்லாம் பேச்சிலேயே போய்விடுவதால்தான் கிள்ளியெடுக்க சதையில்லாமல் ஒல்லியாக இருந்தாரோ?!

‘இஷிதான்ற பேர் புதுமையா அழகா இருக்கு ஆன்ட்டி...’ என்று சொல்லிக்கொண்டே நான் இஷிதாவின் முகத்தைப் பார்த்தேன்.

பெரியம்மா என்று கூப்பிட வரவில்லை எனக்கு. அவளுடைய அம்மா பெரிதாகச் சிரித்துக்கொண்டே, ‘ஐயோ, நீ எங்கம்மாவக் கேக்கணும், சாகற வரைக்கும் ‘ஈஷித்தா’, ‘ஈஷல்லயா’ன்னு என்ன கண்றாவின்னு சொல்லிண்டே இருந்தா. இஷிதான்னு கடசி வரைக்கும் சொல்லவரல்லயே அவளுக்கு. சாகற வரைக்கும் சிந்து சிந்துன்னுதான் கூப்டுண்டிருந்தா...’ என்றுபோது இஷிதாவுக்கு சிரிப்பதா, இல்லை வேறு என்ன செய்வது என்ற குழப்பம் முகத்தில். ஏற்கெனவே கேட்டுப் புரிந்து கொண்டிருப்பாள் போலிருந்தது. என் அம்மா தேவைக்கதிகமாக சிரித்தாற்போலிருந்தது. ஆண்கள் இருவரும் சடங்கிற்காகச் சிரித்து வைத்தனர்.

அம்மாவுக்கு இஷிதாவைப் பிடித்துவிட்டது. ‘ஸ்ரீநிதி, உன்னோட ரூம காட்டும்மா இஷிதாவுக்கு’ என்றதும் நான் என் அறைக்கு கூட்டிப் போய்க் காட்டினேன். அவள் என் புத்தக அலமாரியிலிருந்து சில புத்தகங்களை எடுத்துப் புரட்டிப் பார்த்தாள். அம்மா அறைக்குள் வந்து, ‘ஸ்ரீநிதி, ஏதாவது குடிக்கறாளா கேளு அவ’ என்று சொல்லும் போதுதான் கவனித்தேன், அம்மா அன்று மகிழ்ச்சியாக இருந்தாள்

என்று. நேரமாகிவிட்டதால், சாப்பிட்டு விடலாம் என்று இஷிதா சொல்லிவிட்டாள்.

சாப்பாட்டு நேரத்தின்போதுதான் அம்மாவின் மனநிலை சடக்கென்று திடீர் திருப்பம் கண்டது. அதை நினைத்து எனக்கு மிகவும் வேடிக்கையாகதான் இருந்தது.

'இஷிதாவுக்கு நாங்க மொதல்ல டிக்கெட்டே எடுக்கல. நாங்க திரும்பிப் போனப்பறமா அவளையும் அவளோட பாய் ஃப்ரெண்டையும் சிங்கப்பூருக்கு வெகேஷனுக்கு அனுப்பி வைக்கலாம்னுதான் ப்ளான். ஆனா, இவளோட ஃப்ரெண்ட் எல்வின் அவள எங்க கூடவே ஜாயின் பண்ணிக்கச் சொல்லிட்டான். அவனுக்கு ட்ராவல்னாலே பிடிக்காது. இவளுக்கு என்ன மாதிரி ட்ராவல்னா ரொம்பப் பிடிக்கும், எங்ககூட வரலேன்னா பாவம் இவளுக்கு ஒரு சேஞ்சே இருக்காது, அதான் கடைசி நேரத்துல ட்ராவல் ஏஜண்ட்ட தொரத்தித் தொரத்தி டிக்கெட் வாங்கினேன்...' என்று சொன்னதுமே அம்மா சில கணங்கள் அப்படியே வாய் திறந்தபடி நின்றிருந்ததை நான் மட்டும்தான் பார்த்தேன். சட்டென்று மீண்டும் சாதம் எடுக்கவென்று போவதைப்போல சமையலறைக்குள் போய்விட்டாள்.

'இப்பதான் ஒரு வருஷமா ரெண்டு பேரும் சேர்ந்து இருக்கா. வீட்டை சுத்தமா அழகா வச்சிருக்கா. எங்களோட இருக்கற வரைக்கும் டீ குடிச்ச கப்பக்கூட ஸிங்க்ல போட மாட்டா. இப்ப, நான் போனா காஃபி போட்டு கொடுக்கறா. ஆச்சரியமா இருக்கு. சந்தோஷமாவும் இருக்கு...' என்று சொல்லிக்கொண்டே போனார் அப்பளத்தைக் கடித்தபடி.

அம்மாவின் முகம் அவளுக்குள் ஓடிய சிந்தனையை கண்ணாடியைப் போல பிரதிபலித்துக் காட்டியது எனக்கு. அம்மாவின் மனதில் தன் ஒரே பெண்ணான என்னைப் பற்றிய கவலை ஆரம்பித்துவிட்டது என்று தெரிய எனக்குதான் போதிய அனுபவம் இருந்ததே. என்னைப் பற்றி மிக நன்றாக அறிந்திருந்த போதிலும் அம்மா அவசியமே யில்லாமல் அப்படிதான் கவலைப்படுவாள்.

என் சிநேகிதி ஒருத்தி. 'மெய்ஃபெங்க்' என்று பெயர். மிக நல்ல பெண். நன்றாகப் படிப்பாள். என்னுடன் போன வருடம் படித்தபோது பாடம் சம்பந்தமாக நாங்கள் எங்கள் வீட்டில்தான் சந்தித்து வந்தோம். சேர்ந்து படித்ததில் இருவரும் பல வகையில் பயனடைந்தோம். எல்லாமே ஒரு நாள் மாறியது. அவள் தன் ஆண் நண்பனுடன் தனியே வசிக்க ஆரம்பித்துவிட்டதை என்னிடம் சொல்ல நான் அம்மாவிடம் சொல்ல, அம்மாவிற்கு பயம் பிடித்துவிட்டது. அவளுடன் சேராதே,

பழகாதே, பேசாதே என்று வரிசையாய் தடை. கோபம் வந்தது. அவளின் தனிப்பட்ட வாழ்க்கைக்கும் என் நட்பிற்கும் என்ன சம்பந்தம் என்றெல்லாம் வாதிட்டேன். ஆனால், முடிவில் அம்மாவின் வழிக்குப் போவதைத் தவிர வேறு வழியே இருக்கவில்லை.

சாப்பிட்டு முடிந்து மீண்டும் சோபாக்களில் அமர்ந்துகொண்டோம். எல்வினின் புகைப்படத்தை எங்களுக்கெல்லாம் காட்டச் சொல்லி இஷிதாவை அவளின் அம்மா மிகவும் வற்புறுத்தவே, அவளும் வேறு வழியில்லாமல் தனது பர்ஸைத் திறந்து ஃபோட்டோவை எடுத்து என்னிடம் நீட்டினாள். நான் பார்த்துவிட்டு அப்பாவிடம் கொடுக்க அப்பா பார்த்துவிட்டு அம்மாவிடம் கொடுத்தார். அம்மாவின் முகம் இறுகிக் கிடந்தது. அம்மாவிற்குப் பார்க்கப் பிடிக்கவில்லை. அதே சமயம் பார்க்காமல் இருக்கவும் முடியவில்லை. அம்மாவின் முகத்தைக் கூர்ந்து நான் கவனிப்பதை அம்மா பார்த்துவிட்டாள். முகத்தைச் சுளிக்காமலிருக்க எவ்வளவு பாடு பட்டாள் என்று எனக்குப் புரிந்தது. அவள் பட்ட பாட்டைப் பார்த்துச் சிரிப்பு வந்தது எனக்கு.

அவன் ஒரு கறுப்பினத்தவன். குத்துச் சண்டை வீரன் முகமது அலி சிறுவயதில் ஒரு வேளை அப்படிதான் இருந்திருப்பாரோ... சுருட்டை முடியுடன் தடித்த உதடுகளும் தீர்க்கமான கண்களுமாக, கபடின்றிச் சிரித்துக் கொண்டிருந்தான் நிழற்படத்தில்.

இஷிதாவின் அம்மாவிற்கு அங்கு திடீரென்று நிலவிய மௌனம் அசௌகரியமாக இருந்திருக்கும்போல.

மௌனத்தைப் பிளந்தபடி, ‘என்ன செய்ய... விசாலம். காலம் மாறிண்டு வரது. இருக்கறது பாஸ்டன். பழகறதெல்லாம் வெள்ளக்காரா. அங்கேயே பிறந்து வளர்ந்துட்டா இஷிதா. அந்த பழக்க வழக்கங்கள் வராம இருக்குமா... அதெல்லாம் சர்வசாதாரணம் இல்லையா அங்க. நானும் மொதல்ல எல்லாம் சொல்லிப் பார்த்தேன், வேண்டாம்னு. ஆனா, ஒண்ணும் நடக்கல. நாங்களே பேசாம அவ வழிக்கிப் போயிட்டோம். வாரத்துக்கு ஒருதடவ வருவா. தனியா போனதுலருந்து நல்ல மெச்சூரிட்டி. எங்க அருமையத் தெரிஞ்சுண்டான்னு வை...’ என்று பெரிய விளக்கம் கொடுத்ததைப் பார்த்தால் அவர் அம்மாவின் உள் மன உறுத்தலைத் தெளிவாகப் புரிந்துகொண்டார் என்றே தோன்றியது. அம்மா ஒன்றுமே சொல்லாமல் உட்கார்ந்திருந்தாள். பேச்சை மாற்ற அப்பா தன் பங்கிற்கு அவர்களின் ஊரைப் பற்றியும் வாழ்க்கை முறைகளைப் பற்றியும் கேட்க ஆரம்பித்தார்.

மெதுவாக சாதாரணக் குரலில், ‘எல்வின் நல்ல பையன்தான். அவனையே கல்யாணம் பண்ணிண்டுட்டான்னா பரவாயில்ல...’ இஷிதாவின் அம்மா சொன்னபோது, அதில் இருந்த சந்தேகத் தொனியால் அம்மா கொஞ்சம் தடுமாறிப் போனாள் என்றுதான் சொல்ல வேண்டும். அதற்கு இஷிதாவும், ‘கமான்மா, வீ ஆர் ட்ரையிங் ஃபார் தட் ஒன்லி, யு நோ’ என்று கொஞ்சம் கொஞ்சலும், கொஞ்சம் எரிச்சலும் குழைத்துச் சொன்னாள்.

அம்மாவிற்கு திடீரென்று பிடிக்காமல் போனதைப் பார்த்து எனக்குச் சிரிப்புதான் வந்தது. அவளின் ஒழுக்க விழுமியங்களுக்குச் சிறிதும் மாறுதலாய் இருந்தால் அவளால் பொறுத்துக்கொள்ள முடிவதில்லையே என்று நினைக்கும்போது ஒரு குழந்தையைப் போலதான் தோன்றியது எனக்கு அவளைப் பார்க்கும்போது. ஆசைப்பட்ட பொருள் கிடைக்காத ஏமாற்றம் முகத்தில் தேங்கி நிற்கும் ஒரு சிறுகுழந்தை.

எல்லோரும் கிளம்பிப் போனார்கள். பெரும் மழை அடித்து ஓய்ந்த அமைதி வீட்டில் கவிந்தது. அம்மா சமையலறையை ஒழுங்கு பண்ணிக் கொண்டிருந்தாள். என் கல்லூரி அஸைன்மெண்ட் என்னை அறைக்கு அழைத்தது. இருந்தாலும், அம்மாவுக்கு உதவலாமென்று டைனிங் டேபிளிலிருந்து ஒவ்வொரு பாத்திரமாகக் கொண்டுபோய் சமையலறை மேடையில் வைத்தேன்.

‘ப்ச்... நா நெனச்ச மாதிரியில்ல அக்கா, ரொம்ப மாறிட்டா...’ என்று ஆரம்பித்தாள் அம்மா. தான் எட்டு வயதிருக்கும்போது தன் பன்னிரண்டு வயது அக்காவை என்ன புரிந்து கொண்டிருப்பாள் அம்மா? குபீரென்று வந்த சிரிப்பை அடக்கிக்கொண்டு, ‘நீ எதிர்பார்க்கற மாதிரியே எல்லாரும் இருப்பாளாம்மா... தவிர, நீ ஏன் ஒரு எதிர்பார்ப்ப மனசுல உண்டாக்கிக்கற? அதது எப்டி எப்டி இருக்கோ அப்டி அப்டியே பார்க்கவும் ஏத்துக்கவும் பழகிட்டோம்னா பிரச்சனையே இல்ல...’ என்று சொல்லிக்கொண்டே, மீந்து போயிருந்த தயிரை எடுத்து ஃப்ரிட்ஜுக்குள் வைத்தேன்.

‘ஒங்கிட்ட ஒண்ணு கேக்கணும்னு நெனச்சிண்டிருந்தேன். ஆமா, ஏம்மா இஷிதா அந்த ஆன்ட்டிய மாதிரியுமில்ல, அங்கிள மாதிரியும் இல்ல, ம்...?’ என்று சாதாரணமாக நான் கேட்டதும், ‘ஓ, அதுவா அக்காவுக்கு கன்ஸீவ் ஆன ஒண்ணுகூட தங்கலயாம். எவ்வளவோ வேண்டுதல், கோயில் கொளம்னு போனாளாம். ம்ஹூம், ஒண்ணும் கை கொடுக்கல... கடசீல அமெரிக்காலயே ஒரு மாசக் கொழந்தை ஒண்ணு கிடைச்சதும் தத்தெடுத்து வளர்த்துண்டு வரா. குஜராத்திகளோட கொழந்தைன்னும் சொல்லிண்டா...’

'ஓ, நோ வொண்டர். அதானா அப்படி? ஆனா, தத்து விஷயம் ரொம்ப நல்ல விஷயம்தான். இல்லம்மா?'

'என்னதான் சொல்ற... அதானா அப்படின்னா என்ன?'

'இல்ல, நீயே யோசிச்சுப் பாரேன். நிச்சயமா, அந்த ஆன்ட்டி தன் சொந்த ரத்தமா இருந்திருந்தா, பொண்ணோட நடவடிக்கைக் கெல்லாம் ஒத்திண்டிருந்திருப்பாளா... மூட்டை கட்டிண்டு இண்டியாக்கே போயிருப்பா. என்ன?' என்று நான் கேட்டதும் அம்மா தீவிரமாக யோசிக்க ஆரம்பித்துவிட்டாள் என் முகத்தைப் பார்த்துக் கொண்டே. இந்தியாவே இவற்றில் மேற்கத்தியத்தைப் பின்பற்ற ஆரம்பித்துவிட்டது என்ற அடிப்படை வாதமெல்லாம் அம்மாவுக்குத் தோன்றவில்லை.

பின் அம்மாவை எப்படிதான் என் மீது நம்பிக்கை கொள்ளச் செய்வது? சூழல் மற்றும் நட்பு வட்டத்தில் பார்த்துப் பழகி நானும் பின்பற்றுவேன் என்று அம்மாவுக்கு ஒரே பயம். இருக்கும் தலைவலிகள் போதாதா எனக்கு? சில வேளைகளில் அம்மாதான் எனக்கு மகளோ என்று தோன்றிவிடுகிறது. நான் மெதுவாக நழுவி என் அஸைன்மெண்ட்டை முடிக்க என் அறைக்குள் போனேன்.

திரவியம்

~

சட்டைக்குள் வலக் கையை விட்டு, கழுத்தில் தொங்கிய சிலுவையை வெள்ளத்தில் அடித்துக் கொண்டிருந்தவன் கிடைத்ததைப் பற்றிக்கொள்ளும் அழுத்தத்தோடு பற்றியிருந்தார். ஜன்னல் கம்பியைப் பிடித்துக்கொண்டு புதிதாகப் பார்ப்பதைப்போல என்னை வெறித்துப் பார்த்தபடியே இருந்தார். கத்தரிப்பூ நிறத்தில் பூப்போட்ட பேன்டும், அடிக்க வரும் சிவப்பு நிறத்தில் பெண்களணியும் சட்டையும் உடுத்தியிருந்தார். முகம் முழுவதும் தோலின் சுருக்கங்களுடன் கவலையின் ரேகைகள். வெள்ளிக்கிழமை. அன்றுதான் தாமஸுக்கு வாரத்தின் வேலையில்லாத ஒரே நாள்.

அலுத்தவுடன் நிராகரிக்கும் விலையுயர்ந்த பணக்காரப் பெண்களின் உடைகளைதான் அவற்றின் அளவைப் பொருட்படுத்தாது எப்போதும் அணிவார் தாமஸ். அவர்கள் அரைகுறையாக உபயோகித்து எறியும் கேசச் சாயப் புட்டியிலிருந்து எடுத்துத் தன் தலையில் தடவிக் கொள்வார். பல வகையான பழுப்பு, கறுப்பு என்று அவ்வப்போது அவரது முடி நிறங்களில் மாற்றம் கண்டபடியிருக்கும். அதில் அவருக்குக் கடுகளவுக் கூச்சமும் கிடையாது. முதன் முதலில் பார்ப்பவர்க்கு அடக்க முடியாமல் சிரிப்பு வரலாம்.

'கிறுக்கோ?' என்று ஜாடைமாடையாகச் சிலர் பேசிச் சிரிப்பது அவரைத் துளியும் தொந்தரவு செய்யாது. பழகிய பிறகுதான் தெரியும் அவர் தன் சொற்ப வருமானத்தில் தனக்கென்று உடைகளே வாங்குவதில்லையென்பது. 'என்ன பெரிய வித்தியாசம் லா? ஜெண்ட்ஸ் பேன்டுக்கு முன்னாடி ஜிப்பிருக்கு, இதுக்கு சைட்ல ஜிப்பிருக்கு. கொஞ்சம் கலர் கலரா பூவெல்லாம் போட்டிருக்கு.

எனக்கு இது பிடிச்சிருக்கு லா. மத்தவங்க சிரிக்கறதால எனக்கொண்ணும் கவலையேயில்ல. அவங்களா லா எனக்கு துணி வாங்கித் தரப் போறாங்க...' என்பார் தீவிரத் தொனியுடன்.

பல முறை தாமஸின் முதலாளி அவரை மருத்துவரிடம் போகச் சொல்லிச் சலித்திருந்தார். இரண்டு மாதங்களுக்கு முன்புகூட தாங்க முடியாத வறட்டு இருமல் வந்து மிகவும் அவதிப்பட்டுவிட்டார் தாமஸ். கூட்டிக் கொண்டுபோய் எங்கள் அறையில் வைத்திருந்தோம் நான்கு நாட்களுக்கு.

கதிரேசன் வெற்றிலைக் கஷாயம் வைத்துக் கொடுத்தான். இருமல் சற்றுக் குறைந்ததும் அரட்டையடிக்கத் தொடங்கிவிட்டார். கையில் தமிழ் முரசை வைத்துக்கொண்டு, 'சம்முவம், இப்ப கொழந்த பெத்துக்கறவங்களுக்குதான் சிங்கப்பூருல நிறைய சலுகை. பேசாம இந்தூருக்காரிய கட்டிகிட்டு, வரிசையா கொழந்த பெத்துக்கோ லா...' என்று என்னைச் சீண்டினார். 'ஐயோ, அண்ணே, ஆள விடுங்க. நா எப்படா ஊருக்கு ஓடலாம்னு இருக்கேன். இதோ, கதிரேசன் இருக்கான். அவனுக்குதான் இந்த ஊர விடவே மனசில்ல' என்றதுமே, கதிரேசன், 'நா ரெடி. ஆனா, இந்தூரு பொண்ணுக்கு என்னை பிடிக்கணுமே... காதுல வளையமில்ல, பின்னாடி குடுமியில்லன்னா? பேசாம நீங்க ஒரு பொண்ணப் பாத்து கட்டிக்கங்கண்ணே...' என்றான்.

உடனே சீரியஸாக முகத்தை வைத்துக்கொண்டு, 'வேணாம்பா... பேசாம சம்பாரிச்சுகிட்டு, ஊரப் பாக்க போய்ச் சேருங்க. மொதல்ல பெத்துக்காதன்னுவான், அப்பறம் திடீர்னு பெத்துக்கோன்னுவான். இதென்ன, வாழ்க்கையா இல்ல ஃபாக்ட்ரியா... ம்?' என்று சொன்னார். அந்தக் காலத்தில் பெற்ற ஒரே பிள்ளையைப் பிரிந்து படும் துயர் அவர் முகத்தில் அன்று கவிந்திருந்தது. இருமல் குணமாகித் தன் இருப்பிடத்திற்கே திரும்பினார்.

அடுத்த வாரமே சொந்த வேலையையும் ஒதுக்கிவிட்டு ஒரு நாள் அவரது இருப்பிடத்திற்குப் போனேன். முதல் நாளே சொல்லியிருந்தும், கதவு பூட்டியிருந்தது. வெள்ளிக்கிழமை எங்கு போயிருப்பார் என்ற யோசனையுடன் காத்திருந்துவிட்டு வீடு திரும்பிவிட்டேன். மறுபடியும் மாலையில் போனபோதும் வீடு பூட்டியே இருந்தது. கவலையுடன் இரவில் போனபோது, உள்ளே மின்விளக்கு எரிவது ஜன்னல் வழியே தெரிந்தது. கதவைத் தட்டியதும் திறந்தார். 'எங்கண்ணே போயிட்டீங்க?' என்றதுமே, 'இங்கதானே இருந்தேன்' என்றார் என் முகத்தைப் பார்க்காமலே.

‘ரெண்டு வாட்டி வந்தனே... டாக்டர் கிட்ட போகணும், ரெடியா இருங்கன்னேன்ல நேத்திக்கே...’

‘செக் கப்பெல்லாம் வேணாம், சம்முவம். ஏதாவது கோளாறுன்னு சொல்லிட்டா...’

‘அப்ப, பயந்துகிட்டுதான் எங்கியோ போயிட்டீங்க, இல்ல...’

‘ஆமா லா, செந்தோசாவுக்கு போனேன்’ என்று ஒத்துக்கொண்டார். எனக்கு ஒன்றுமே சொல்லத் தோன்றவில்லை. மருத்துவப் பரிசோதனைக்கு பயந்து பக்கத்துத் தீவுக்கு ஓடிப் போகும் முதியவரை அவர் வழியிலேயே விட்டுவிடுவதுதான் சரியென்று அன்று தோன்றியது.

குப்பைகளைச் சேகரித்து மறுபயனீட்டுக்கு அனுப்பும் சிறு நிறுவனத்தில் தாமஸுக்கு ஊழியம். சின்ன பிக்கப் வண்டியில் தெருத் தெருவாகச் சென்று வீடுகளில் வேண்டாமென்று களையும் பொருட்களைச் சேகரித்துக் கொண்டுவருவதுதான் வேலை. வாரத்தில் ஆறு நாட்களும். முதலாளி கொடுத்த அறுநூறு வெள்ளி சம்பளம் அவருக்குக் கைக்கும் வாய்க்குமாகவே இருந்தது. உடல்நிலை சரியில்லாமல் வேலைக்குப் போகவில்லையென்றால் கருணையே இல்லாமல் ஒரு நாளைக்கு நாற்பது வெள்ளி வெட்டப்படும். இதற்கு பயந்து புகைக்கும் சிகரெட்டினூடே, கல்கல்லென்று வெண்கல இருமல் இருமிக்கொண்டே தாமஸ் வேலைக்குச் சென்ற நாட்கள் மாதத்தில் பாதியிருக்கும்.

சற்று உரிமையோடு, கொஞ்சம் கோபமும் கலந்து, ‘என்னாண்ணே, சின்னைப் புள்ள மாதிரி இப்பிடி அடம் பிடிக்கறீங்க?’ என்றதுமே வலக்கையை சிலுவையிலிருந்து அகற்றாமல், என் மீது பதித்திருந்த பார்வையை மட்டும் ஜன்னல் வழியாக வெகு தூரத்திற்கு அனுப்பினார். கூப்பிடுவதுதான் அண்ணன் முறை வைத்து. மற்றபடி, கிராமத்தில் இருக்கும் என் பெரியப்பாவின் வயதுடையவர். இருக்கும் கிட்டத்தட்ட அறுபதுக்கு மேல். ‘சரி, பசியாறிட்டு போவோம், உங்க பர்ஸ எடுத்துகிட்டீங்களா? ம்... ம்... கிளம்புங்க சீக்கிரம்...’ மனமேயில்லாமல் தன் உடலை வலுக்கட்டாயமாக வீட்டை விட்டு வெளியேற்றினார். சாவியை வாங்கிக் கதவைப் பூட்டினேன்.

படியிலிறங்கியபடியே அவரது கவனத்தைத் திசை திருப்ப மறுபடியும் நானே பேச்சுக் கொடுத்தேன். ‘அண்ணே, இந்த வாட்டி கிருஸ்துமஸுக்கு உங்களுக்கு ‘ஆஃப்’ உண்டு இல்ல? ‘புலாவ் உபின்’ போவோமாண்ணே. அலி கூட வரேன்னிருக்கான்...’

என்றதும் முகத்தில் கொக்கியாக ஒரு கேள்வியைத் தேக்கிக்கொண்டு பார்த்தார். 'அதாண்ணே, அந்த பங்களாதேஷி, எங்கூட்டாளி' என்றபடி திரும்பிப் பார்த்தேன். சரியென்றோ, வேண்டாமென்றோ அனுமானிக்க முடியாத லேசான சலிப்பு கலந்த ஓர் இரண்டுங் கெட்டான் உணர்ச்சியையே அவரின் முகம் பிரதிபலித்தது. முன்னால் உலகை மறந்து ஒட்டியபடி வந்துகொண்டிருந்த சீன ஜோடியின் மீது மோதிவிடாது கொஞ்சம் ஒதுங்கி நடந்தேன்.

காலை நேரப் பரபரப்பு சாலையோரக் கடை ஊழியர்களிடமும் தொற்றிக் கொண்டிருந்தது. 'சம்முவம், எனக்கு 'தேத்தண்ணி' மட்டும் போதும். ரொட்டி கிட்டி வாங்கிடாத...' காலையிலிருந்து முதல் முறையாக வாயைத் திறந்தார். தாமஸின் கவலையும் பயமும் ஒரு புறம் வேடிக்கையாக இருந்தாலும் மறுபுறம் பரிதாபமே மிகுந்தது. அவர் எப்போதும் குடிக்கும் பால் சேர்க்காத தேநீரும் எனக்கு சர்க்கரை சேர்க்காத பாலும் சொல்லிவிட்டு மேசையை அடைந்தேன்.

மறுபடியும் யோசனையுடனான தூரப் பார்வையில் லயித்திருந்தார். தொந்தரவு செய்ய வேண்டாமென்ற தீர்மானத்துடன் நாற்காலியில் அமர்ந்து போவோர் வருவோரை வேடிக்கை பார்க்க ஆரம்பித்தேன். தேநீரும் பாலும் கொண்டுவந்து வைத்த சீனப் பெண், தாமஸின் வழக்கத்திற்கு விரோதமான மௌனத்தைக் கண்களாலேயே மௌனமாய்ச் சில நொடிகள் ஆராய்ந்துவிட்டு அகன்றாள். தாமஸ் தன்னிச்சையாக தேநீரைப் பருகத் தொடங்கினார்.

சாலையின் எதிர்ப்புறம் பிக்கப் வேனின் பின்புறம் மற்றவர்களுடன் ஏறிக் கொண்டிருந்த அலி என்னைப் பார்த்துக் கையசைத்தான். தேநீரைக் குடித்து முடித்த தாமஸ் எழுந்துகொண்டே, 'அவஞ்சரியில்ல, ஒடம்பம்புட்டும் பொய்யி...' என்றதும் சிரித்துக் கொண்டே, 'வாங்கண்ணே போவோம், அந்த 'ஆசோ' கிழவி சொன்னத வச்சிகிட்டு நீங்களும் அதையே சொல்லிகிட்டிருக்கீங்க. அவம்பொய் சொல்லலண்ணே, நடந்ததத்தான் சொல்லியிருக்கான். சரி, இப்ப அதெல்லாம் எதுக்கு... வாங்க இப்பவே லேட்டாயிடிச்சி...' என்று கூறி நடையை விரைவாக்கினேன். கூடவே நடந்த தாமஸின் முகத்தில் தற்காலிகமாக மறைந்திருந்த கவலை மீண்டும் பரவியது.

தாமஸுக்குப் பூனைகளைக் கண்டால் அலாதியான பிரியம். தெருவில் அலையும் பூனைகள், கண்களை உறுத்தும் அவருடைய உடைகளை வைத்துத் தெரிந்துகொள்ளுமோ, இல்லை மோப்பமோ, பசித்தால் அம்மாவிடம் உணவு கேட்கும் குழந்தைகளைப்போல தாமஸைப் பின்தொடர்ந்து வரும். அவரும் பாலோ மீன்சோறோ வாங்கிக் கொடுத்துவிட்டுத் தானும் உண்பார். அப்படிச் செய்ததால்

பூனைகளைத் தொந்தரவு என்று நினைத்து வெறுத்த பணக்காரர்கள் பார்வையில் அவை பல்கிப் பெருகி சுற்றுப்புறத்துக்குத் தொந்தரவாகின. பலமுறை சொல்லியும் தாமஸ் அலட்சியப் படுத்தவே, போலிஸில் சொல்லிவிட்டனர். பூனைப் பிரியையான கிழவிதான் தாமஸுக்காக போலிஸிடம் பேசி அவரை வெளிக் கொணர்ந்தாள். அப்போதிலிருந்தே கிழவியின் பேச்சு தாமஸுக்கு வேதவாக்கானது. பூனைகளுக்கு உணவு கொடுப்பதை நிறுத்தினார்.

திலோக் ப்ளாங்கா வட்டாரத்தின் பணக்காரர்கள் வசிக்கும் ஒரு தரை வீட்டில் வசித்த சீமாட்டியின் தாய்தான் இந்த 'ஆசோ' கிழவி. மற்ற இளைய தலைமுறையை ஒப்பு நோக்க அவளுக்குக் கொஞ்சம் இரக்கக்குணமுண்டு. 'தாகா'வை அடுத்து இருந்த ஒரு சிறிய கிராமத்தில் அலியின் குடும்பம் இருந்தது. சென்ற வருடம் வெள்ளத்தில் மூழ்கிக் கொண்டிருந்த கிராமத்திலிருந்து வேறொருவனுக்குத் தகவல் வந்தது.

உடனேயே அலி தன் குடும்பத்தினரைக் காப்பாற்றிவிடும் வேகத்தில் ஊருக்குக் கிளம்ப நினைத்தான். சிறுகச் சிறுக டிக்கெட்டுக்குப் பணம் சேகரித்தான். ஒன்றும் இரண்டுமாகக் கொடுத்தவர்களிடையே அலியின் கதையைக் கேட்டுவிட்டு மனமிளகி அப்போது முள்ளங்கிப் பத்தையாக ஐம்பது வெள்ளியைக் கொடுத்தவள் அந்தக் கிழவி. நண்பர்களின் உதவியும் கிடைத்தது. மறுநாள் காலையில் கிளம்பவிருந்தான். ஆடுமாடுகளையும் சேர்த்து குடும்பத்தோடு எல்லோரையும் 'பிரம்மபுத்ரா' விழுங்கிவிட்டது என்ற செய்தி பின் மாலை நேரம் எட்டியபோது உடைந்து போனான்.

கதறியவனைத் தேற்றி ஊருக்குக் கிளம்பச் சொல்லியும் அவன் கேட்கவேயில்லை. இனிமேல் ஊருக்குப் போய் என்னதான் செய்வது என்று ஒரே புலம்பல். அவனது ஊர்க்காரர்களும் வந்து ஆறுதல் சொல்லி அவனைக் குடிக்க வைத்தனர். குடித்துக் கொண்டிருந்தவனை கிழவி பார்த்துவிட்டு, பொய் சொல்லிப் பணம் சேர்த்திருக்கிறான் என்று வட்டாரத்தில் வசித்த எல்லோரிடமும் பரப்பி வந்தாள்.

மருத்துவமனையும் வந்துவிட்டது. தாமஸை எக்ஸ்ரே, ரத்தம் மற்றும் சளி போன்ற பரிசோதனைகளுக்கு உள்ளே அனுப்பிவிட்டு வெளியே காத்திருக்க முடிவு செய்தேன். 'அண்ணே, நா அரமணி நேரமிருப்பேன். அதுக்கப்புறம் வேலக்கி கௌம்பிடுவேன்...' என்றவனைப் பார்த்து சரியென்று தலையசைத்துக்கொண்டே உள்ளே நுழைந்தார், தேர்வுக் கூடத்திற்குள் நுழையும் பள்ளிச் சிறுவனின் பயத்தை முகத்தில் சுமந்துகொண்டு.

தாமஸுக்கு வேலை கிடைத்தே இரண்டு வருடம்தான் ஆகியிருந்தது. அதற்கு முன்னால், சரியான வேலையில்லாமல் அலைந்து திரிந்து உணவகங்களில் தட்டு கழுவும் வேலை போன்று கிடைத்த சின்னச் சின்ன வேலையைச் செய்து வந்தார். முதல் முறையாக நான் அவரைப் பார்த்தது புகித் மேரா வட்டாரத்தில். சிநேகிதன் ஒருவனைப் பார்த்துவிட்டுத் திரும்பிக்கொண்டிருந்தேன். ஐந்தாவது மாடியின் சுவரில் ஓர் ஆள் நிற்பது தெரிந்தது. தடுமாற்றமும் இருந்தது.

மளமளவென்று மாடிப் படிகளில் ஏறிப் போய்ப் பார்த்தால், இந்தியர்! குடித்திருந்தார். மனைவியும் பிரிந்து, வேலையுமில்லாததால், ஐந்தாவது மாடியிலிருந்து குதித்துத் தற்கொலை செய்துகொள்ளப் பார்த்தாராம். வயதான அந்த உடம்பில் ஊனத்தை நினைத்துப் பார்க்கவே நடுங்கியது. மெதுவாகப் பேசிக் கீழே அழைத்து வந்தேன். போதையில் தன் கதையைப் புலம்பினார்.

அடிக்கடி உடல் நிலை சரியில்லாமல் லீவெடுத்ததால், கையில் இருந்த வேலையும் போயிற்று. கடைசியாகக் கையிலிருந்த காசில் குடித்துவிட்டு சைனா டௌன் வட்டாரத்தில் குடிபோதையில் சுற்றுப் பயணியிடம் ஏதோ பேசப் போக, அந்த வெள்ளைக்காரர், அவரின் அழுக்கு படிந்த ஆடையை வைத்து பிச்சையெடுக்கிறார் என்று நினைத்து இரண்டு வெள்ளியை இவர் கையில் திணித்திருக்கிறார்.

இதைப் பார்த்த நீலச்சட்டை ஆசாமிகள் இவரைக் கொண்டுபோய் லாக்கப்பில் இரண்டு நாட்கள் வைத்திருந்து அனுப்பியிருந்தனர். வேலை ஒன்று நிரந்தரமாகக் கிடைத்துவிட்டால் அவரது பிரச்சனை தீரும் என்று தெரிந்தும் என்னால் பரிதாபம் மட்டுமே படமுடிந்தது. அதன் பிறகு வந்த நாட்களில் எங்களிடையே நட்பு வளர்ந்தது.

''சைனா டௌன்'லனதும் அரெஸ்ட் பண்ணினாங்க. இதே சிரெங்கூன்லன்னா, சும்மா கண்டிச்சு விட்டிருப்பாங்களோ... கூண்டுல கிளிய வச்சிகிட்டு சிரெங்கூன்ல ஜோசியம்ன்ற பேருல நெஜமாவே நா பிச்சையெடுத்தாலும், கலாசாரம் வளக்கறோம்னு சந்தோஷமா ஆதரிச்சிருந்தாலும் ஆதரிச்சிருப்பாங்க இல்ல?' என்று அந்தச் சம்பவத்தைப் பற்றிப் பேசும் போதெல்லாம் விரக்தியுடன் கேட்பார்.

சங்கிலியாகப் புகைத்த சிகரெட்டை வேண்டுமானால் விட்டு விடுவதற்கு முயல்வாராம். மாலையில் குடிப்பதை மட்டும் விட முடியாதாம். கேட்டால், வரிசையாகக் காரணங்கள். வேலையில் சேர்ந்த புதிதில் தன் சொற்ப சம்பளத்தில் வீட்டு வாடகை கொடுப்பதை அவரால் நினைத்தும் பார்க்க முடியவில்லை. அவருடைய முதலாளிதான் அடுக்கு மாடிக் கட்டடத்தில் வாடகைக்கு அவர் எடுத்திருந்த

ஓரறையில் தங்கிக் கொள்ளும்படி கூறினார். அங்கேதான் 'கோடௌன்' மாதிரி தற்காலிகமாகத் தரையிலிருந்து கூரை வரை பழைய பேப்பரும், பழைய டீவி, ரேடியோ, பாத்திரம், பண்டம் என்று சகல விதமான உயிரற்ற பொருள்களையும் குவித்து வைத்திருந்தார்.

அவ்வப்போது அகற்றப்பட்டதுமே மேலும் குவியும். குவிந்திருக்கும் குப்பைக் கூளங்களிலிருந்து கிளம்பிய நெடியும் நாற்றமும் ஆரம்பத்தில் அவரைத் தூங்கவிடாது துரத்தின. சில வேளைகளில் சீமாட்டிகளின் வாசனைத் திரவியங்கள் கிடைத்து விடுவதும் உண்டு அவருக்கு. பொருட்களை ஒதுக்கி ஆறடிக்கு மூன்றடி இடம் செய்ய வேண்டும். உரிமையுடன் கூளங்களிடையே உலவிய கரப்பான் பூச்சிகளுடன் பழைய மெத்தையொன்றை விரித்து உறங்கச் சீக்கிரமே பழகினார். அவ்விடத்தில் உறங்க வேண்டுமென்றால், உழைப்பில் வந்த உடலசதி மட்டும் போதாது. நுகரும் புலன் தற்காலிகமாகவேனும் சாக வேண்டும். குடிப் பழக்கம் அவருக்கு ஓரளவிற்கு உதவியதென்று சொல்லிக்கொள்வார்.

'ஏம்பா, ரீசைக்கிளிங் சாமானெல்லாமே இந்த நாத்தமடிக்குதே, தினப்படி குப்பை அள்றாங்களே பங்க்ளாதேஷி ஆளுங்க... எப்பிடிதான் சகிச்சுக்கறாங்களோ...' என்று வியப்பார். குழந்தைகளின் காலைக் கடன்களை ஏந்திய டையப்பர்கள், அழுகிய முட்டை, ஊசிப்போன இறைச்சி சமையல், பெண்களின் மாதாந்திர சமாசாரங்கள் என்று உலகில் உள்ள அத்தனை துர்நாற்றங்களையும் கலவையாகக் கொண்ட குப்பைகளை அள்ளும் பங்களாதேஷிகளுக்கு நாளடைவில் பழகியது போலவே தாமஸுக்கும் பழகிவிட்டது. வேலையின் தேவை அவரைப் பழகும் நிர்பந்தத்திற்குத் தள்ளியது.

திறந்த வெளியில் சேகரிக்கும்போது இருந்த நாற்றம் அறைக்குள் நூறு மடங்காகிப் போகும் அதிசயத்தைச் சொல்லிச் சொல்லி வியப்பார் தாமஸ். முதல் முறை அங்கு போனபோது நிற்க முடியாமல் திரும்ப ஓடி வந்துவிட்டேன். ஒரு முறை தாமஸைக் கூப்பிட வந்த 'ஆசோ' கிழவி ஒன்றன் மேல் ஒன்றாக இரண்டு மருத்துவ முகமூடிகளணிந்தே வந்தாள். கையை ஆட்டி சைகையால் கூப்பிட்டுவிட்டு ஓடியே போய்விட்டாள்.

மருத்துவச் சோதனைகள் அதிக நேரமெடுக்கவே நான் என் வேலைக்குக் கிளம்பினேன். ஒரு வருடமாகத் தள்ளிப் போட்டுக் கொண்டே வந்திருந்தார். இரண்டு மாதங்களுக்கு முன் அவருடைய முதலாளி மிகவும் வேண்டிக்கொண்டதால், மாலையில் போய் பேச்சையெடுத்ததுமே, 'வேணாமே... ஏதாவது கோளாறுன்னு சொல்லிட்டா? குடிக்கறேன்ல, லிவர் போச்சுன்னுவான், இல்ல

சிகரெட் பிடிக்கறேனா, டீபீன்னுவான். மொத்தத்துல மொதலாளி என்னைத் தூக்கிட்டு வேற ஆளப் போட்ருவாரு. எனக்கு வேல போயிடுமே சம்முவம்... அப்பறம் என்ன செய்ய சொல்லு, எனக்கென்ன ஸீபீஎஃப் (CPF) இருக்கா? பேருதாஞ் சிங்கப்பூரு, ஒரு தேத்தணி வாங்கணும்னாலும்... நாயாபேயா ஒழைக்கணும் லா. சாவறதுக்கு முன்ன கூட என்னோட பாலுக்கு ஒழைச்சு வச்சிட்டில்ல லா நா சாவணும், அத எடுத்து ஊத்த ஒரு சொந்தமுண்டா, பந்தமுண்டா...' என்று கலங்கிய கண்களுடன் வழக்கமான பல்லவியையே பாடினார்.

'எதுக்கு இப்ப உணர்ச்சிவசப்படறீங்க... இப்ப நாங்கல்லாம் இல்ல. இதுக்குப் போயி இவ்வளவு கவலப் படறீங்களேண்ணே, ஒருவேல போனா இன்னோண்ணு. ..' முடிப்பதற்குள்,

'ஒரு பய வேல தரமாட்டான். ஒனக்கெங்க புரியும். இந்த ஊர விட்டா ஒங்க ஊருக்கு போயிடுவீங்க, ஆனா நாங்க...' குரலில் பொறாமை தெறிக்கும்.

'நீங்கதா மெச்சிக்கணும், ஊர்ல மழையே இல்லண்ணே. காஞ்சி கெடக்குதாம் பூமி. வெள்ளாமையெல்லாம் இல்லாம ஒரே கஷ்டமாம். அப்பா சொல்லி ரொம்ப வருத்தப்பட்டுகிட்டாரு...'

'கஞ்சியோ கூழோ, பஞ்சமோ வெள்ளமோ, சொந்த ஊர்னு ஒண்ணு இருக்குல்ல... எனக்கு அப்பிடியா? சொல்லு லா...'

'ம், எப்பவுமே இக்கரக்கு அக்கர பச்சதான்னு வைங்க...'

'என்ன ஒண்ணு, சின்ன வயசுல படிக்காம இருந்துட்டேன், அதத் தவிர நாஞ்செஞ்ச குத்தமென்னன்னுதான் எனக்குந் தெரியல லா...' தன் பெரிய கண்களில் சோகம் கவியச் சொல்லும்போது அவர் முகத்தைப் பார்க்க வேண்டுமே... கிடைக்காத பண்டத்துக்கு ஏமாற்றமும் ஏக்கமும் கொள்ளும் சிறு குழந்தையைப் போலிருக்கும். கேரளாவின் ஏதோ ஒரு குக்கிராமத்தில் இன்றும் தூரத்துச் சொந்தங்கள் இருப்பதாக அவ்வப்போது சொல்லிக் கொள்வார்.

வேலை முடிந்து மாலையில் தாமஸைப் பார்த்து சோதனை முடிவுகள் எப்போது வரும் என்று கேட்டேன். ஒரு வாரமாகும் என்றார். முகத்தில் காலையில் கவிந்திருந்த கவலை அதிகரித்திருந்தது போலதான் தெரிந்தது. தேர்வு முடிவுக்குக் காத்திருக்கும் பள்ளி மாணவனைப்போல தெரிந்தார். 'சம்முவம், கிருஸ்துமஸுக்குள்ள ரிசல்ட் வந்துடும். எல்லாமே சரியா இருந்தா, நீ சொன்ன மாதிரி 'புலாவ் உபின்' போவோம், ஓகேவா...' என்றார் எனக்காகச்

செயற்கையாக வரவழைத்துக்கொண்ட உற்சாகத்துடன். சிறிது நேரம் பொதுவாகப் பேசிவிட்டுக் கிளம்பி வீடு வந்து சேர்ந்தேன்.

நண்பனொருவன் விடுமுறையில் இந்தியாவிற்குப்போய்விட இரண்டு ஷிஃப்ட் செய்ததில் அடுத்த நான்கு நாட்களுக்கு நானும் போய்ப் பார்க்கவேயில்லை. வேலையில் நாட்டமேயில்லாமல் மருத்துவச் சோதனையின் முடிவு பற்றிய கவலையிலேயே அடுத்த சில நாட்களைக் கடத்தியிருக்கிறார். எப்போதும் அவரிடமிருந்த கலகலப்பு முற்றிலும் விடைபெற்றிருந்தது. விடமுடியாமலிருந்த சிகரெட்டைக்கூட வாங்க மறந்திருந்தார்.

மாலைகளில் 'தண்ணீர்' மட்டும் தொடர்ந்தபடி இருந்திருக்கிறது. இரண்டு நாட்களுக்குப் பிறகு கதிரேசன்தான் தகவலைக் கொண்டு வந்தான். தாமஸ் மாரடைப்பினால் மருத்துவமனையில் சேர்க்கப் பட்டிருந்தார். இரண்டு நாட்கள் மூக்கிலும் வாயிலும் குழாய்கள் மாட்டப்பட்டுக் கிடந்தார்.

வெள்ளியன்று மருத்துவச் சோதனை முடிவுகள் வந்தன. புகைத்தலையும் குடித்தலையும் மட்டும் விடும்படி டாக்டர் ஆலோசனை கூறியிருந்தார். மற்றபடி ரத்த அழுத்தம், சர்க்கரை, நுரையீரல் எதிலும் எந்த விதமான பிரச்சனையுமின்றி சாதாரணமாகவேயிருந்தன.

சோதனை முடிவை அறிந்துகொள்ளாமல் தன் முடிவைத் தழுவிக் கொண்டு விட்டார். முடிவைப் பற்றிய உளைச்சலில் மன அழுத்தத்திற்குதான் தாமஸ் இறுதியில் பலியாகியிருந்தார்.

காலம் மாறும்

~

என்னுடன் படித்த நந்தினிக்கு நிச்சயதார்த்தம். அவளின் அண்ணன் ப்ரசன்னா எனக்கு நெருங்கிய நண்பன். சத்திரத்திற்குள் நுழைந்தேன்.

இன்னமும் அதிக கூட்டம் சேர்ந்திருக்கவில்லை. மண்டபத்தினுள் ப்ரசன்னாவைத் தேடினேன். நாதஸ்வர இசையும், ஆங்காங்கே பேச்சொலியும் சேர்ந்து அரங்கையே நிறைத்திருந்தது. இரண்டு இருக்கைகளுடன் தயாராய் அலங்கரிக்கப்பட்டிருந்த மேடைக்கருகே நின்றிருந்தான். வலதுகையை வாயருகே குவித்து யாரோ ஒரு பெண்மணியிடம் காதில் ஏதோ சொல்லிக் கொண்டிருந்தான். வெண்பட்டு குர்தாவில் பளிச்சென்றிருந்தவன் என்னைப் பார்த்து இடக்கையை உயர ஆட்டி சைகை செய்து கூப்பிட்டான். எழுந்து அவனை நோக்கி நடந்தேன். அவனிடம் பேசிக் கொண்டிருந்த பெண்மணியை எங்கேயோ பார்த்தாற்போலிருந்தது. உருவத்தை விட குதித்தாற்போன்ற நடை மற்றும் ஒயிலாய் வீசிய கையசைவும் அதிகப் பரிச்சயமாகத் தோன்றின. மூளையின் நினைவேடுகளைப் புரட்டிக்கொண்டே, பார்வையை அப்பெண்மணியின் மீதே வைத்திருந்தேன் என்னையறியாமல். ஏதோ பேசிக்கொண்டே மாடிப்படியேறி போய்விட்டார்.

'டேய், ஏண்டா இவ்ளோ லேட்?' என்று என் முதுகில் தட்டினான் ப்ரசன்னா. 'இது லேட்டா? நாந்தான் முதல்ல வந்திருக்கேன்னு நெனக்கறேன்...' என்று சொல்லிக்கொண்டே அங்கேயிருந்த நாற்காலியில் உட்கார்ந்தேன். 'எங்க உக்காந்துட்ட? கெட் அப் மேன், ஒனக்கு ஒரு சின்ன வேலை இருக்கு, ஆமா, அம்மா வல்ல?' என்று இழுத்துக்கொண்டே மாடிப்படியேறினான். 'ப்ச்... ராத்திரியெல்லாம்

ஒரே வீஸிங். இன்னிக்கி மருந்து சாப்ட்டு தூங்கறாங்க. நந்தினி நிச்சயத்துக்கு போகணும்னு ஆச ஆசையா சொல்லிட்டிருந்தாங்க, ஆனா...' என்றேன் அவனுடன் நடந்துகொண்டே.

குளிரூட்டப்பட்ட அறைக்குள் நுழைந்தால், அதே பெண்மணி அங்கே உட்கார்ந்திருந்தார். 'ஆன்ட்டி, இது பாஸ்கர். உங்களுக்கு ஹெல்ப் பண்ணுவான். டேய், இது எங்க ஃபேமிலி ஃப்ரெண்ட், அனு ஆன்ட்டி. இதெல்லாம் செய்யறாங்களேன்னு சின்னதா நெனச்சிடாத. அவங்க பெரிய இண்டஸ்ட்ரியலிஸ்ட். ஓகேடா, அம்மா அப்பவே எதோ கூப்டாங்க. என்னன்னு கேட்டுட்டு இதோ வரேன்...' என்று அறையை விட்டு பரபரவென்று வெளியேறிப் போய்விட்டான். அவர் பெயரைக் கேட்டு மின்னலாய் நினைவுக்கு வந்து, இன்னார் என்று புரிந்த அதிர்ச்சியில் அப்படியே நின்றிருந்தேன்.

அறை முழுவதும் அலங்கார வண்ண கெட்டி அட்டையில் தாம்பூலப் பைகள். மணமக்களாகப் போகும் நந்தினி, நரேன் இருவரின் புகைப்படங்கள். உள்ளே குட்டித் தேங்காய், வெற்றிலை, பாக்கு, சாக்லெட் மட்டுமில்லாமல் வெள்ளிக் குங்குமச் சிமிழ். 'மிச்சத்தையெல்லாம் நானே போட்டுடுவேன். நீ கடைசியா எல்லாம் இருக்கான்னு செக் பண்ணிட்டு, குங்குமச் சிமிழ மட்டும் போட்டு அந்த பெரிய அட்டை டப்பால ஒவ்வொண்ணா அடுக்கி வை...' என்றார். நானும் அவர் சொன்னதைச் செய்ய அப்படியே கம்பளம் விரித்திருந்த தரையில் உட்கார்ந்து கொண்டேன்.

பதினேழு வருடங்கள் என்னில் ஏற்படுத்தியிருந்த மாற்றங்கள் என்னைப் பெற்ற அப்பாவிற்கே அடையாளம் தெரியாதபடி செய்திருந்தன. அப்புறம் இவருக்கு மட்டும் எப்படித் தெரியக்கூடும்? மறைக்க முயற்சித்தும் அவர் முகத்தில் தெரிந்த மெல்லிய கோடுகள், காதோர நரை மற்றும் சற்றே கூடிவிட்டிருந்த உடல் எடை இவற்றை நீக்கிவிட்டுப் பார்த்தால் முன்பு மாதிரியேதான் இருந்தார். கழுத்து, காது மற்றும் மூக்கில் வைரங்கள் மின்னின.

எனக்கு ஏழெட்டு வயதிருக்கும் அப்போது. அடிக்கடி அப்பாவுடன் வீட்டுக்கு வருவார். அப்பாவுடன் ஆபீஸில் வேலை பார்ப்பதாகச் சொல்லிக்கொண்டார். 'அனு அத்தைடா' என்று சொல்லிக் கொடுத்த அப்பாவே சில மாதங்களில், 'விஜய், அனு ஆன்ட்டின்னு சொல்லு' என்று சொல்லிக் கொடுத்தபோது அப்படியே பின்பற்றத் தெரிந்ததே தவிர என்னால் அதன் பின்னணியில் இருக்கக்கூடிய அர்த்தத்தை உணரவோ யோசிக்கவோ முடியவில்லை.

அதன் பிறகு, அம்மா அப்பாவுடன் சண்டை போட்ட நாட்களே அதிகமென்ற நிலை வந்தது. சண்டைக்கான காரணமே ஆரம்பத்தில்

எனக்குப் புரியவில்லை. 'அனு ஆன்ட்டி' என்ற பெயரைச் சொன்னாலே அம்மா கோபத்தில் பத்ரகாளியானாள். அல்லது அருவியாகக் கண்ணீர் சொரிந்து அழுதாள்.

கோர்ட், கேஸ், மண விலக்கு என்று பலவிதமான புது அனுபவங்கள் அம்மாவைத் திக்குமுக்காட வைத்தன. அதுவரை அறிந்திருந்த அம்மாவைப் பார்க்கவோ உணரவோ முடிந்ததேயில்லை என்னால். நிரந்தரமில்லாமல் இருந்த தன் கணக்கர் உத்தியோகத்தைக் காட்டித் தன் மகனைத் தன்னிடமிருந்து பிரித்து அப்பாவிடம் கொடுத்து விடுவார்களோ என்ற கவலையில் தவித்துத் தவித்து அம்மாவின் இயல்பே மாறிப் போயிருந்தது. யாரிடமும் ஒரே மாதிரியான அவநம்பிக்கை. பிறந்த வீட்டிலும் புகுந்த வீட்டிலும் 'புருஷன கட்டுக்குள்ள வச்சிருக்கக்கூட தெரியாத அசடு' ஆனாள்.

'இங்க பாருடா, இனிமே உனக்கு அப்பா கெடையாது. அவரு அனுவ கல்யாணம் கட்டிக்கப் போறாராம்...' என்று சொன்னார். அப்பா குடும்பத்தையும் எங்களையும் விட்டுப் போகிறார். அதற்குக் காரணம் அனு ஆன்ட்டி என்று மனதிற்குள் பதிந்து போனது. அன்றிலிருந்து அடிக்கடி, 'விஜய், எல்லாத்தையும் மறந்துட்டு நீ நல்லா படி' என்று ஒரு நாளைக்கு ஒரு முறையாவது சொல்லி வந்தாள்.

அது வரை 'அனு ஆன்ட்டி'யாக இருந்தவர், அன்றிலிருந்து என் வாழ்க்கையில் அப்பா இல்லாமல் ஆக்கியவரானார். அவரிடம் நான் கொண்டிருந்த விகல்பமில்லாத நட்பும் அன்பும் முற்றிலும் வெறுப்பாக உருக்கொண்டது. மதுரையில் கொண்டுபோய் பள்ளியில் அம்மா சேர்த்தபோது அங்கேயும் ஒரு 'அனு' இருந்தாள். எல்லோருக்கும் பிடிக்கும் அவளை. மிகவும் கனிவானவள். ஆனால், எனக்கு மட்டும் அவளை அவள் பெயரின் காரணமாகவே பிடிக்காது போனது. அந்த அளவிற்கு அவரின் மேல் ஒரு வெறுப்பு.

இப்படி ஒரு நாள் சந்திக்கக் கூடுமென்று யார்தான் நினைத்திருப்பார்கள்?

'ம்... எப்படியிருக்காரு மிஸ்டர் திவாகர்?' என்று கேட்டேவிட்டேன் பொறுக்காமல். ஏராளமான கேள்விகளை முகத்தில் ஏந்தியபடி என்னையே உற்றுப் பார்த்தார். 'நீ... நீ விஜய பாஸ்கரா?' என்று கேட்பதற்குள் அவருக்குத் தொண்டை அடைத்து, கண்கள் அகன்று, குளமாகக் கண்ணீர் சேர்ந்துவிட்டது. ஆமென்று தலையை மட்டும் ஆட்டினேன். 'எங்கல்லாம் தேடினேன், கடைசில நீ இங்கதான் இருந்திருக்க...' என்று பெருமூச்சுடன் சொல்லிக் கொண்டார். 'உங்கப்பா மூணு வருஷத்துக்கு முன்னாடியே தவறிட்டாரு...' என்று சொல்லிக்கொண்டே அமைதியில் ஆழ்ந்துவிட்டார்.

அப்பா உயிரோடு இல்லை என்ற வருத்தம் சின்னதாக என்னுள் கவிந்தது. அம்மா அதை எப்படி ஏற்றுக் கொள்ளப் போகிறாள் என்று யோசித்தேன். எனக்கு ஏற்பட்ட அந்தச் சிறிதளவு வருத்தம்கூட அவளுக்கு ஏற்படுமா என்ற சந்தேகம் எழுந்தது. ‘ஓ, அப்படியா?’ என்று மிகவும் சாதாரணமாகக் கேட்டுவிட்டு நகர்ந்து விடக்கூடிய சாத்தியங்களே அதிகமென்று தோன்றியது.

திடீரென்று,‘சாகும்போது என்னோட இருக்கல. அதுக்கு ஒரு வருஷத்துக்கு முன்னாடியே என்னோட க்ளோஸ் ஃப்ரெண்ட் வாணியோட போயிட்டாரு...’ என்றார். ஓஹோ, இதுதான் தன் வினை தன்னைச் சுடும் என்பதோ!

அம்மாவுக்கு ஏற்பட்ட அனுபவத்தை மேலும் ஒரு பெண்ணுக்குக் கொடுத்த அப்பாவை ஏனோ என்னால் மன்னிக்கவே முடியாது என்று தோன்றியது. பேசாமல் கீழே குனிந்து கை வேலையில் லயித்தேன், காதை மட்டும் கொடுத்துவிட்டு. முகத்தைப் பார்த்துப் பேசப் பிடிக்கவில்லை எனக்கு. அவருடைய பார்வை அவ்வப்போது என் பக்கம் திரும்பியதை என்னால் உணர முடிந்தது.

‘விஜய், உங்கம்மாவ விட்டுட்டு திவாகர் என்னைய கல்யாணம் பண்ணிக்கும்போது எவ்வளவு மகிழ்ச்சியா இருந்தேன் தெரியுமா? உங்கம்மாவ நெனச்சு வருந்தியிருக்கேன். ஆனா, உங்கப்பாவோட பழகினதுல அவர் மேல எனக்கு ஏற்பட்ட ஈர்ப்புல அப்போ அந்த வருத்தம் பெரிசா தெரியல. அன்னிக்கி என்னோட வந்தவர், பிற்காலத்துல வேற ஒருத்தியோட போயிடுவாருன்னு நெனச்சிருப்பேனா?

ம்ஹூம்... உன்னையும் எங்களோட யூ எஸ் கூட்டிட்டு போயிடணும்னுதான் உங்கப்பாவுக்கு ரொம்ப ஆசை. கேட்டுப் பாக்கறேன்னாரு உங்கம்மாகிட்ட. ஆனா நான்தான் உன்ன உங்கம்மா கிட்டயிருந்து பிரிக்கறது பிடிக்காம தடுத்தேன். அது ஏனோ என் மனசுக்கு பிடிக்கல. உங்கம்மாவுக்கு செய்யக்கூடிய பெரிய அநியாய மாதான் நெனச்சேன். அன்னிக்கி உங்கப்பாவும் புரிஞ்சுகிட்டாப்ல தான் பேசினாரு.’

ஒரு முறை நிமிர்ந்து பார்த்தேன். பல நாளாய் காத்திருந்து மனதில் சேர்த்து வைத்ததையெல்லாம் கொட்டுவதைப்போல பேசிக் கொண்டிருந்தது அவரது முக பாவனையிலேயே தெரிந்தது.

‘பாஸ்டன் போனதிலிருந்தே பிஸினஸ் சரசரவென்று ஏறுமுகம்தான். செலவு செய்ய முடியாத அளவுக்கு வந்து கொட்டிச்சு பணம். சேரச் சேர நிம்மதி கொஞ்சம் கொஞ்சமா விலகிப் போச்சு. ஒரு கொழந்த பெத்துத் தர முடியல என்னாலன்ற காரணத்தை காமிச்சாரு. அது

அவருக்கு ஒரு காரணம்தானே தவிர என்னை விட்டுப் பிரிய முடிவு செஞ்சதுக்கு அது மட்டுமே காரணமில்ல. அப்பறம்தான் அவருக்கு வாணிய பிடிச்சுப் போயி அவளோட போறேன்னாரு ஒரு நாள். நானும் சரின்னு தனியா போகச் சொல்லிட்டேன்...'

அப்போது குனிந்திருந்த நான் முகத்தை நிமிர்த்திப் பார்த்தேன். கொடகொடவென்று கண்ணீர் விட்டு அழுது கொண்டிருந்தார். அவரின் அழுகை எரிச்சலை ஏற்படுத்தியது.

நான் பார்ப்பதைப் பார்த்துவிட்டு, சட்டென்று துடைத்துக்கொண்டு, 'ஆமா, நீ என்ன வேல பாக்கற? அம்மா எப்படியிருக்காங்க?'

'மேல படிக்கதான் ரொம்ப ஆசைப்பட்டேன். ஆனா, அம்மாவால முடியல. அதான் ஒரு வேலைல சேர வேண்டிய நிர்பந்தம். ஒரு சோப்பு கம்பெனியில சேல்ஸ் ரெப்பா இருக்கேன். அம்மாவுக்கு அடிக்கடி ஆஸ்த்மா தொந்தரவு. பாதி நாள் மெபிலைஸர்ல கட்டுப்படாம ஊசி போடும்படியாயிடும்...' என்று சொல்லிக் கொண்டே என்னை நினைத்து எனக்கே வியப்பு.

காலம்தான் என் மனப் புண்ணை ஆற்றியதோ, இல்லை வயதுதான் மன முதிர்ச்சியைக் கொடுத்ததோ என்று புரியாமல் திடீரென்று அசௌகரியமாக உணர்ந்தேன்.

அங்கே உட்காரப் பிடிக்கவில்லை. விவரமாக பதில் சொன்னதை மன்னித்ததாக நினைத்துக்கொண்டு விடுவாரோ என்று பயந்தேன். உடனே, 'மன்னிக்க' நான் யார் என்றும் தோன்றியது. டக்கென்று எழுந்து கொண்டேன் அறையை விட்டு வெளியேறும் எண்ணத்தோடு. உடனே, 'உன்னோட நெறைய பேசணும் விஜய். உக்காரு. ப்ளீஸ் போயிடாத...' என்றார்.

உடனேயே உட்கார்ந்துகொண்டேன். ஆனால், ஏனென்று அடுத்த சில நொடிகளிலேயே என் மனதுக்குள் கேட்டுக் கொண்டேன். என்னுடைய மனத் தவிப்புகள் எனக்கே புதிதாகவும் விநோதமாகவும் தோன்றின.

'உங்கப்பா எங்களுக்கு மணவிலக்கு கெடைக்கறதுக்குள்ளயே ஹார்ட் அட்டாக்குல போயிட்டாரு. அதனால சட்டப்படி எனக்கே எல்லா சொத்தும் வந்து சேர்ந்துடுச்சி. அப்ப வாணி கர்ப்பமா இருந்தா. மாரடைப்பு வரும்னு தெரிஞ்சிருந்தா ஒருவேள, திவாகர் அவளுக்கு எல்லாத்தையுமே கூட எழுதி வச்சிருப்பாரோ என்னவோ... ஆனா, மண விலக்கு வாங்கறதுலயே மும்முரமா இருந்திட்டாரு. வாணியும் நல்லவதான். எனக்கு அவளோட

நிலைமை ரொம்ப நல்லா புரிஞ்சுது. அவளுக்கும் அவ மகளுக்கும் அங்கேயே ஒரு வீட்டையும் கணிசமான ரொக்கத்தையும் எழுதி வச்சிட்டு மிச்சத்தையெல்லாம் மொத்தமா 'வைண்ட் அப்' பண்ணிட்டு வந்துட்டேன் இந்தியாவுக்கே. முதல் வேலையா நீங்க குடியிருந்த கோடம்பாக்கம் அஜீஸ் நகருக்கு போனேன். உன்னோட ஸ்கூல்ல, அக்கம் பக்கம் எல்லார் கிட்டயும் விசாரிச்சும் நீங்க மதுரைக்கு போனது தெரிஞ்சுது, ஆனா வேற விவரம் ஒண்ணுமே தெரியல... ஒரு வருஷம் இதே வேலையா தேடினேன். ஆனா, நீ சொல்றதப் பார்த்தா, அந்த நேரம் நீங்க திரும்ப சென்னைக்கே வந்துட்டீங்க போலயிருக்கு. எனக்கு எப்பவுமே உன்னப் பத்தின அக்கறைதான் இருந்துட்டே இருந்துச்சி. உன் கிட்டயிருந்து உங்கப்பாவப் பிரிச்ச பாவத்துக்குதான் எனக்குன்னு ஒரு கொழந்தையே இல்லாமப் பண்ணிட்டானோ ஆண்டவன்னு எப்பவுமே நெனச்சுப்பேன். அப்படி நெனச்சுகிட்டு அழுத நாட்களும் உண்டு. ஆனா, இப்பல்லாம் எனக்கு நீ ஒரு மகன், வாணியோட பொண்ணு ஷ்ரேயா ஒரு மகள்னுதான் நெனச்சிக்கறேன். போன மாசம்தான் வாணி கொழந்தையோட வந்துட்டுப் போனா...' நீளமாகச் சொல்லிக்கொண்டே போனார். அவரின் மனநிலை குறித்து என் மனம் நெகிழ்வதை என்னால் உணர முடிந்தது.

விருப்பு வெறுப்பு போன்ற உணர்வுகளுக்கு அர்த்தமேயில்லாமல் ஆக்கிவிடுகிறதே காலம்! எல்லோரும் எல்லா நேரத்திலும் ஒரே மாதிரியா இருக்கிறார்கள்? நினைக்க நினைக்க ஆச்சரியமாகக்கூட இருந்தது. இதிது இப்படியிப்படி நடக்க வேண்டும் என்று யாரோ கணிப்பொறியில் நிரல் செய்து வைத்தாற்போல தோன்றியது. தேர்வும் முடிவும் இல்லாத பாடம்தான் வாழ்க்கையோ?

மனக் கசப்போடு வாழ்ந்த இரண்டு வருட காலத்தைப் பற்றியும் பிரிந்து வாழ்ந்த ஒரு வருட காலத் தனிமை பற்றியும் அது வரையில் யாரிடமும் சொன்னதில்லை என்றார். அப்பாவின் குணம் தெரிந்த பிறகு கவனமாகதான் இருந்தாராம். ஆனால், 'நடந்ததெல்லாம் நடந்தேவிட்டது...' என்றார் பெருமூச்சுடன் ஆங்கிலத்தில். 'என் பிள்ளையையும் கூட்டிகிட்டு வர விடல நீ...' என்று இடித்துக் காட்ட ஆரம்பித்தாராம் இறக்குமுன் சில வருடங்கள்.

'உன்னோட சுயநலத்துனாலதான் நீ அப்படி என்ன எம்பிள்ளை கிட்டயிருந்து என்னைய பிரிச்சுட்ட' என்று சொன்னதும்தான் ஒரே விஷயத்தை எப்படி நேரத்துக்கு ஏற்றாற்போல, தன் மன நிலைக்கும், தன் செயலுக்கும் உகந்ததாயும் மனித மனம் பார்க்கிறது என்று புரிந்து கொண்டாராம். அவரோட குணம் தெரியவே வருடங்களாயிற்றாம். மனதிலிருந்தவற்றைச் சொல்லிக்கொண்டே போனார்.

திடீரென்று, 'விஜய், அம்மாவுக்கு நாம ஏன் அக்யூபங்க்சர் ட்ரீட்மெண்ட் கொடுக்கக் கூடாது... எனக்கு ஒரு டாக்டர தெரியும். கெட்டிக்காரர். நாலே வாரத்துல குணமாக்கிடறாரு. நான் நாளைக்கே கூட்டிட்டுப் போறேன். நீயும் வா. போர்ட் மீட்டிங்கெல்லாம் நாளான்னைக்கிதான்னு சொல்லிடறேன்...' என்று சொன்னதைக் கேட்டதுமே எனக்கு என்ன சொல்வதென்று தெரியவில்லை.

'என்ன விஜய், ஒண்ணுமே சொல்ல மாட்டேங்கற... நம்ம கம்பெனிய பார்த்துக்க சரியா ஆளு இல்லாம தவிச்சு கிட்டிருந்தேன், தெரியுமா? அது இனிமே உன் கம்பெனி. இனிமே நீயே பார்த்துக்கோ. என்ன?' என்று மீண்டும் கேட்டதும், 'அம்மாவுக்கு இதெல்லாம் பிடிக்குமான்னு...' என்று இழுத்தேன்.

'அம்மாவுக்கு கோபம் வரும். நியாயம்தானே... வரட்டும். அதுக்காக நான் சும்மா விட்டுட முடியுமா? இத செய்யத்தான காத்து கிட்டிருந்தேன் இத்தன நாளா நான்...' சொல்லி முடிக்குமுன் விசும்பி அழ ஆரம்பித்தார். தர்மசங்கடமாகிவிட்டது எனக்கு.

யாரோ வரும் ஓசை கேட்டது. 'அழாதீங்க, ப்ளீஸ்... யாரோ வராங்க...' என்று சொன்னதும், கண்களைத் துடைத்துக்கொண்டார்.

ப்ரசன்னாதான் வந்தான். 'டேய் நந்தினி ஒன்ன பார்க்கணும்றா... வரியா?' என்று கேட்டான் நுழைந்து கொண்டே. 'ஆமா, நீங்க ஏன் ஆன்ட்டி ஒரு மாதிரியா டல்லாயிட்டீங்க?' என்று கேட்டான். 'ஒண்ணுமில்ல ப்ரசன்னா. இதோ முடிச்சுட்டோம். வா, நானும் நந்தினிய பார்க்கணும்' என்றபடி கிளம்பினார்.

அறையைப் பூட்டிக்கொண்டு மூவரும் கீழேயிறங்கினோம். மாடிப்படியில் இறங்கிக்கொண்டே, 'ப்ரசன்னா, விஜய் யாரு தெரியுமா? திவாகரோட பிள்ளை, என் பிள்ளன்னு சொல்ல ஆசதான். உன் ஃப்ரெண்டுக்கு பிடிக்குமோ பிடிக்காதோ...' என்று சொன்னதுமே, ப்ரசன்னா, 'டேய், நிஜமாவா?' என்று கேட்டான்.

'ப்ரசன்னா, ஃபங்ஷன் முடிஞ்சதுமே சீக்கிரம் கிளம்பிடுவோம் நாங்க. நெறைய பேச வேண்டியிருக்கு. விஜய் பொறுப்பையெல்லாம் எடுத்துகிட்டான்னா, எனக்கு பீபீகூட கொறஞ்சுடும்...' என்று சொல்லிக்கொண்டே போனார்.

அம்மா என்ன சொல்லப் போகிறாளோ என்று லேசான பயம் வந்தது. எப்படியாவது கழற்றி விட்டுவிட்டு தனியாகக் கிளம்பிவிடலாமா என்று யோசிக்கத் தலைப்பட்டேன். அம்மாவுக்கு திடீரென்று அதிர்ச்சியைக் கொடுக்கக் கொஞ்சம் தயக்கமாக இருந்தது. முதலில் பக்குவமாகச் சொல்லிவிட்டு, பிறகு கூட்டிக்கொண்டு போனால் என்ன?

‘டேய் நீ எம் பீ ஏ படிக்கணும்னு ஆசப்பட்டியேடா… பேசாம மொதல்ல படியேன். அப்புறமா மிச்சத்தயெல்லாம் பார்த்துக்கலாம்…’ என்றான் ப்ரசன்னா என்னைப் பார்த்து. என் எண்ண ஓட்டத்தைப் புரிந்து கொள்ளவில்லையே இவன் என்றிருந்தது எனக்கு.

‘ம், படிக்கலாம். நிர்வாகம் பண்ணிகிட்டே படிக்கட்டுமே…’ என்று ஒரு தீர்மானத்துடன் அனு ஆன்ட்டி சொன்னதுமே மீண்டும் என்னுடைய சிந்தனை சிறகு விரித்துப் பறந்தது. சிலவற்றைச் சொல்லிக்கொண்டே போனார். என்னைப் பார்க்கவே காத்திருந்தார் என்பது தெரிந்தது. அதில் என்னால் நேர்மையான அக்கறையைப் பார்க்க முடிந்தது.

படிக்க எனக்கு ஆசைதான். ஆனால், அம்மா என்ன சொல்வாள்? அம்மாவை எப்படிச் சமாளிப்பது என்று யோசிக்க ஆரம்பித்தபோது என் மனம் சகஜ நிலைக்கு வந்திருந்தாற்போல உணர்ந்தேன்.

நடமாடும் நகைக் கடையாக நின்றிருந்தாள் நந்தினி. ஒரு நிச்சயதார்த்தத்தையே கிட்டத்தட்ட கல்யாணத்தைப் போல படாடோபமாக ஏற்பாடு செய்திருந்தார்கள். எதற்கு இவ்வளவு செலவு? காசிருந்தால் வெளிச்சம் போட்டுக் காட்டியே ஆகவேண்டுமோ? ஒருவேளை தங்களிடம் இருக்கும் கறுப்பை யெல்லாம் வெள்ளையாக்கக் கிடைக்கும் அரிய சந்தர்ப்பத்தை இத்தகைய செலவுகளால் செம்மையாகப் பயன்படுத்திக் கொள்கிறார்களோ! பணக்காரர்களின் உலகமே வேறுதான்போல.

சாப்பிட்டு முடிக்கும்போது, ‘நாம வேணா நாளைக்கி அம்மாவோட பேசுவோமா..?’ என்று நான் மெதுவாகச் சொன்னதுமே, ‘நோ, நோ… இந்த நாளுக்காகதான் நான் மூணு வருஷமா காத்திருந்தேன். உனக்கு எதுக்கு இவ்வளவு பயம்? அம்மா புரிஞ்சுப்பாங்க, வா, நம்ம கார்லயே போயிடுவோம். நீ ட்ரைவ் பண்ணுவியோ…’ என்று கேட்டுக்கொண்டே கையைக் கழுவினார்.

வாசலை நோக்கி விரைந்து நடந்தபடி, கைத்தொலைபேசியில் மேனேஜருக்கு ஃபோன் செய்து, ‘போர்ட் மீட்டிங்கை இரண்டு நாட்கள் தள்ளி வைத்துவிடச்சொன்னார். நடந்துகொண்டே மீண்டும் அழுத்தினார் எண்களை. ‘லாயர் சார், சௌக்கியமா? நீங்க நாளைக்கி ஃப்ரீயா? ம்… சரி, காலைல சொல்றேன். ஆமா, அர்ஜென்ட்தான். விஜயபாஸ்கர் பேருக்கும் வில் எழுதி ரெடி பண்ணியிருந்தோம் இல்லையா… அதையும் எடுத்துகிட்டு வாங்க, ஓகே, பை…’ என்று சொல்லிக்கொண்டே ஓட்டுநர் இருக்கையில் ஏறினார் அனு ஆன்ட்டி.

பின் சீட்

~

நான்காவதாக ஒரு பெண்ணைப் 'பார்க்க' அண்ணா வுக்கு அலுப்பும் சலிப்புமாக இருந்தது. பேசாமல் வடபழனி கோயிலிலேயே வைத்து பார்த்துவிடுவோம் என்று அவன் ஒரு வாரம் முன்பே யோசனை சொல்லியிருந்தான். பார்வையாலேயே பாராட்டினேன். பழமையில் ஒரு காலும் புதுமையில் ஒருகாலுமாய் இருந்த அம்மா யோசிக்காமல் சட்டென்று சம்மதம் தெரிவித்ததை அப்போது என்னால் கொஞ்சம் நம்பத்தான் முடியவில்லை.

அமெரிக்கன் 'கான்சலேட்' போகவென்று லீவெடுத்திருந்த அண்ணா, அம்மா அப்பாவுடன் முதலில் போய் விடுவதென்றும் நான் ஆபீஸிலிருந்து நேராகக் கோயிலுக்குப் போவதென்றும் ஏற்பாடு. நான் தேவையா என்று கேட்டதற்கு, 'கூடப் பொறந்தவன்னு நீ ஒர்த்தந்தான் இருக்க, நீயும் வராமயா?' என்று சாமியறையிலிருந்து ஹாலைப் பார்த்து வழக்கமான பதிலைக் கொஞ்சம் வழக்கத்திற்கதிக மான சலிப்போடு சொன்னாள் அம்மா. 'போன தடவையே நீ வல்லன்னு கணேஷ் கொஞ்சம் டிஸ்ஸப்பாயிண்ட் ஆயிருந்தான்...' என்று ஹிண்டுவிலிருந்து கண்களை விலக்காமலே அப்பா வேறு ஒத்தூத, வேறு வழியில்லாமல் சரியென்று சொல்லி வைத்திருந்தேன்.

ப்ராஜெக்ட் வேறு முடியும் நேரம். ஹ்யூஸ்டனில் இருக்கும் பாவிகள் சாவகாசமாகத் தூங்கியெழுந்து தங்கள் ஆபீஸ் நேரத்தில்தான் 'கான்ஃபரன்ஸிங்கூ வருவோம் என்று சொல்லாமல் சொல்லி எங்கள் கழுத்தை அறுத்தார்கள். உலகின் மறுபகுதியில் வாழும் நாங்கள் என்னவோ உறக்கமேயில்லாமல் பலநாட்கள் கூட உயிர் வாழக்கூடிய ஜந்துக்கள் என்ற நினைப்பு. எல்லாம் தலைக்கனம், வேறு என்ன?

திவ்யாவிடம் சமாளித்துக்கொள்ளச் சொல்லிவிட்டு ரகசியமாகக் கிளம்பிவிட வேண்டும் என்று நினைத்தபடியே பைக்கை உதைத்தேன். ஹூம்... கிளம்புவேனா என்று சண்டித்தனம் செய்தது. குற்றம் கண்டுபிடித்தே பெயர் வாங்க நினைக்கும் ஹ்யூஸ்டன் சுகவாசிகளை நினைத்துக் கோபத்துடன் உதைத்த ஒரே உதையில் கிளம்பிவிட்டது.

பின் சீட்டை ஒரு தட்டு தட்டிவிட்டு ஏறிக்கொண்டேன். அம்மாவைத் தவிர வேறு எந்தப் பெண்ணையும் பின் சீட்டில் ஏற்ற பிடித்ததேயில்லை. நண்பர்கள் முதலில் கேலி செய்து பின் என் குணம் பழகிவிட அதையும் விட்டுவிட்டிருந்தனர். என் அனுபவம் அம்மாவுக்கு மட்டும் தெரியுமென்றாலும் அது என்னுள் ஏற்படுத்திய நிரந்தரமான தாக்கமும் பயமும் மட்டும் அவளுக்குத் தெரியவே தெரியாது.

அஜீத்தாகக் கிளம்பி வடிவேலுவாக உள்ளே நுழைந்தவனை திவ்யாதான் ஹலோ சொல்லி எதிர்கொண்டாள். சாயங்காலம் சீக்கிரமே கிளம்ப வேண்டும் என்று என்னை முந்திக்கொண்டு பர்மிஷன் கேட்டாள். என் நிலையைச் சொன்னதும், 'வாட் எ கோயின்ஸிடென்ஸ்? என்னோட கஸின பொண்ணு பாக்கதான் கோயில்ல ஏற்பாடு செஞ்சிருக்காங்க. அது உங்கண்ணாதானா?' 'ஏன் வேற யாருக்கும் 'கோயில்' ஐடியா தோணக்கூடாதா என்ன?'

அண்ணாவின் பெயரைச் சொன்னதும் திவ்யாவின் யூகம் சரிதானென்று உறுதியானது. அவளின் பெரியம்மா பெண்தானாம் நாங்கள் அண்ணாவிற்குப் பார்க்கவிருந்த பெண். மெள்ள அவளிடம் பேச்சுக் கொடுத்துப் பார்க்கலாமா என்று நினைப்பதற்குள், ஜேஎம்டீ காபினிலிருந்து தலையை நீட்டிக் கூப்பிட்டுவிட்டார். அதன்பிறகு, கண் முன்னே அண்ணாவே வந்து நின்றாலும் சட்டென்று அடையாளம் தெரியாத அளவிற்கு முற்றிலும் அன்றைய மாலையை மறந்து ப்ராஜெக்டையே யோசித்து சுவாசித்தேன்.

நான்கு மணிக்கு 'என்னையும் கொஞ்சம் கவனி' என்று வயிறு இரைந்து கெஞ்சியதும்தான் கேண்டீனுக்குப் போனேன். திரும்பும் போது திவ்யாவுடன் பேச முடியாதபடி அவள் மும்முரமாய் கம்ப்யூட்டருடன் ஐக்கியமாகியிருந்தாள்.

சுமார் ஐந்து மணிக்கு திவ்யா வந்தாள், 'ஒரு குட் நியூஸ், இன்றைய கான்ஃபரன்ஸ் போஸ்ட்போன்ட்...' என்றாள்.

'ஆர் யூ ஷூர்? முந்தா நாள் அந்த டோஸ் விட்டானே அங்கேயிருந்து அந்த ஃபெர்னாண்டஸ், என்னவோ பெரிய இவனாட்டம்... இங்க

நாம சும்மா பீஸ்ல கூடி ஒக்காந்து 'அந்தாக்ஷரி' வெளையாடறாப்ல!' - படபடத்தேன்.

'கூல் டௌன் கார்த்திக். இன்னிக்கு நெஜமாவே ஹ்யூஸ்டன் பீஸ்ல 'அந்தாக்ஷரி'தான் போலயிருக்கு. ம், ஏதோ ஆபீஸ் பார்ட்டியாம். சாயந்தரம் உன்னோடயே பைக்ல நானும் வந்துடறேனே...'

'ஓகே, ஆறுமணிக்கு கிளம்புவோமா?'

திவ்யா என் கீழ் வேலைக்குச் சேர்ந்து ஒரு வருடம்கூட ஆகியிருக்க வில்லை. அதனால்தான் மற்ற பெண்களுக்குத் தெரிந்திருந்தது அவளுக்குத் தெரியவில்லையோ... இவளை எப்படிக் கழற்றி விட....

●

பன்னிரண்டு வருடங்களுக்கு முன்பு நாங்கள் சிங்கப்பூரில் நான்கு வருடங்கள் வாழ்ந்தோம். அப்பா ஷிப்யார்டில் ஷிப் ரிப்பேர் மேனேஜராகப் பணிபுரிந்தார். பல இனச் சமுதாயமான அந்தச் சிறிய நாட்டில் நட்புகளும் அனுபவங்களும். நண்பர்கள், இன்னமும் கூட மின்மடலில் அவ்வப்போது தொடர்பு கொள்வதுண்டு.

தொடக்கநிலை ஆறில் மற்ற பாடங்களில் குறைவதும் கூடுவதுமாய் இருந்த என் மதிப்பெண்கள் தமிழில் மட்டும் நிலையாயிருந்தது. பெரும்பாலும் முதல் மதிப்பெண் என்னுடையதாகவே இருந்தது. இருந்தாலும், தமிழ் வகுப்பில் எனக்கு ஒரு போட்டி மெள்ள உருவானது. வேறு பள்ளியிலிருந்து எங்கள் பள்ளிக்கு இரண்டாம் காலாண்டில் வந்திருந்த தீபா முதல் இடத்தைப் பிடித்தாள். அது என்னைப் பாதிக்கவில்லை. ஆனால், அரையாண்டுத் தேர்வில் நானே எதிர்பாராத விதமாய் ஒரேஒரு மதிப்பெண் வித்தியாசத்தில் நான் முதலிடம்!

இரண்டாம் இடத்துக்குப் போன தீபா கொதித்தாள். வழக்கம்போல பேப்பரை வைத்துக்கொண்டு ஆசிரியர் திருத்தியதில் ஏதேனும் தவறு இருக்குமா என்று தேடித் தேடிப் பார்த்தாள். ஆனால், அவளால் கண்டுபிடிக்க முடியவில்லை. தான் முதல் மதிப்பெண் வாங்கவில்லை என்பதைவிட அது எனக்குக் கிடைத்ததே அவளை மிகவும் ஆத்திரப்படுத்தியது.

மரத்தடியில் இருந்த பெஞ்சில் உட்கார்ந்து வீட்டிற்குப் புறப்படும்முன் என் பேப்பரைச் சரி பார்த்தேன். எனக்கு ஒரு கேள்விக்கு மூன்று மதிப்பெண்கள் கொடுக்கப்படவில்லை. ஆசிரியர் தவறுதலாய்க் கொடுக்காமல் விட்டிருந்தார். நண்பனிடம் சொல்லி

விட்டு பேப்பரை எடுத்துக்கொண்டு நான் ஸ்டாஃப் ரூமிற்குக் கிளம்பும்போது நான் பேசியதையெல்லாம் ஒட்டுக் கேட்ட படியிருந்த தீபா சுற்றுமுற்றும் பார்த்தபடி என் வழியில் குறுக்கே வந்துநின்றாள். 'ஏய் கார்த்திக், நீ இப்ப ஸ்டாஃப் ரூம் போகக் கூடாது' என்றாள் தோரணையுடன்.

'ஏன், நா போவேன். ஒனக்கென்ன?' என்று நான் சொல்லிக் கொண்டே முன்னேற முயல, 'இங்க பாருடா. நீ மட்டும் இப்ப போனேன்னு வையேன்... நீ என்னைய 'மொலெஸ்ட்' (molest) பண்ணிட்டன்னு போய் 'ஃபார்ம் டீச்சர்'கிட்ட சொல்லிடுவேன். உன்னோட வாழ்க்கையே அத்தோட க்ளோஸ். ஜாக்ரத...' என்று மிரட்டலாகச் சொன்னாள்.

தூரத்தில் அவள் பார்வை குத்தி நிற்க, பார்த்தால் தமிழாசிரியர் காரில் ஏறிக் கொண்டிருந்தார். அதற்காகவே காத்திருந்தவள்போல 'நாளைக்கும் நீ மார்க் கேக்கக் கூடாது. கேட்ட...' என்றபடி பையை எடுத்துக்கொண்டு பறந்தாள்.

தீபா சொன்னதன் பொருள் எனக்கு அப்போது துளிகூட புரியவில்லை. நேராக வீட்டிற்குப் போனதும் அம்மாவிடம் நடந்ததை நடந்த படியே சொன்னேன். அம்மாவுக்கு லேசாகப் புரிந்திருந்ததால், முகத்தில் கவலைக் கோடுகள் விழுந்தன. அப்பாவுடன் மாலையில் பேசும்போது சீரியஸாக முகத்தை வைத்துக்கொண்டு அழுதுவிடும் தொனியில் பேசியது எனக்குக் குழப்பமாக இருந்தது. அப்பாவின் அலாதியான மௌனம் என்னில் ஆர்வத்தைத் தூண்டிவிட்டது.

'அந்தப் பொண்ணு போய் டீச்சர்கிட்ட சொன்னா என்னாகும்? எனக்கு ரொம்ப பயமா இருக்கு. இவன் செஞ்சானா இல்லையான்னு விசாரிக்கறதே கூட பெரிய நியூஸாயிடுமே... ஊருவிட்டு ஊருவந்து இதெல்லாம் நமக்கு தேவையா... பேசாம இவனுக்கு ஸ்கூல மாத்திடுவோமா?' அப்பாதான் அம்மாவை சிரமப்பட்டுச் சமாதானப் படுத்தினார். 'அத்தோட உன் வாழ்க்கையே முடிஞ்சிடும்' என்ற தீபாவின் வார்த்தைகளின் தீவிரத்தை அப்போது செய்தித் தாள்களில் வந்த செய்திகள் உறுதிப்படுத்தின. சிங்கப்பூரின் மற்ற எல்லா இனிய நினைவுகளையும் சேர்த்துக் கட்டி காலடியில் போட்டு நசுக்கி அழிக்கக்கூடியதாய் அமைந்துவிட்டிருந்தது என் வரையில் அந்த ஒரே சம்பவம்.

அம்மா அடுத்த நாள் ஸ்கூலுக்குப் போக வேண்டாம் என்று சொல்லிவிட்டு யோசித்தபடியே இருந்தாள். பிறகு, 'கார்த்திக், இந்த

மார்க்ஸ் போட்டியெல்லாம் வேண்டாண்டா கண்ணா. அந்த தீபா சண்ட போட்டாலும் நீ சரிக்குச் சரி சண்ட போடாத. ஸ்கூல்ல தனியா எங்கயும் போகாத. ஸ்கூல் விட்டதும் நேரா ஆத்துக்கு வந்துடு...' என்று வரிசையாக அப்போதுதான் முதல் முறையாகப் பள்ளிக்கூடம் போகும் குழந்தைக்குச் சொல்வதுபோல சொன்னாள். 'அம்மா, எனக்கு கிடைக்கவேண்டிய மார்க்ஸ நா எப்பிடிம்மா கேக்காம இருக்கறது?' என்று நான் கேட்டதற்கும் அம்மா, 'பரவால்ல, விட்டுடு. மிட் இயர் எக்ஸாம்ஸ்தானே...' என்றதும்தான் எனக்கு எரிச்சல் மண்டியது.

'போம்மா... எப்பிடிம்மா விடறது?'

'கார்த்திக், சொல்றதக் கேளு. தீபா வேற ஏதும் சொன்னா எங்கிட்ட சொல்லு. நா அவம்மாகிட்ட பார்த்துப் பேச ட்ரை பண்றேன், இல்ல ஸ்கூல் பிரின்ஸிபால் கிட்ட வேணாலும் பேசலாம்...' கண்டிப்போடு தன் பெரிய விழிகளை உருட்டிச் சொல்லிவிட்டுத் தன் வேலையைப் பார்க்கப் போய்விட்டாள் அம்மா.

ஐந்து வயது மூத்தவனான அண்ணாவிடம்தான் ஓரளவிற்காவது அந்தப் பதத்திற்குப் பொருள் கிடைத்தது. 'சில 'கர்ள்ஸ்' எப்பிடின்னா, ரொம்ப ஃப்ரெண்ட்லியா நாம தொட்டுப் பேசினாகூட ஈஸியா எடுத்துப்பாங்க, 'பாய்ஸ்'குள்ள நாம பழகற மாதிரி. ஆனா, சிலது இருக்கும்... தானே தொட்டுத் தொட்டுப் பேசிட்டு, அப்படியே ப்ளேட்டத் திருப்பிப் போட்டுடும். இந்த தீபா ரெண்டாவது டைப். கொஞ்சம் டேஞ்சரஸ்தான். சொல்லப் போனா பொண்ணுங்களால ஆபத்துதான். நீ அவள பகைச்சிக்காத. அவ்ளோதான். என்ன?' என்று சொன்னதும், ஏதோ 'ஸ்பரிசம்' சம்பந்தமான விஷயம் என்ற அளவில் புரிந்தது. ஆனால், அம்மா பட்டபாட்டைப் பார்த்துதான் அது கெட்ட பெயர் வாங்கிக் கொடுக்கக்கூடிய ஆபத்தான விஷயமும்கூட என்று அறியப் பெற்றேன்.

அன்றிலிருந்து எத்தனை நட்புடன் பழகினாலும் பெண்களும் அவர்களது எண்ணங்களும் ஆபத்தானதாக இருக்கும் என்றும், என்னுடைய கணினி வல்லுநனாகும் லட்சியத்துக்கு அது இடையூறாக அமையுமென்றும் மனதில் விழுந்து விட்டிருந்தது. என் உள்மனம் விடாமல் எச்சரித்தபடியே இருந்தது.

அந்தச் சம்பவத்திற்குப் பிறகு நான் தீபாவை மிரட்சியுடன் பார்க்க ஆரம்பித்தேன். அவளை நேருக்கு நேர் சந்திப்பதைத் தவிர்த்தேன். தீபாவுடைய சிநேகிதிகளோடு கூட என்னால் இயல்பாகப் பேச முடியவில்லை. தீபாவைப் பார்க்க நேரும் போதெல்லாம் அம்மாவும்

அண்ணாவும் சொன்னவை உள்ளே எதிரொலித்தன. அன்று வரை வகுப்புத் தோழிகளாய் இருந்த அத்தனை பெண்களும் என்னுள் நம்பத்தகாத கிராதகிகளாயினர். அன்றிலிருந்து அம்மாமட்டுமே நான் நம்பும் பெண்ணாகிப் போனாள்.

அதற்குப் பிறகு, இரண்டு வருடங்களிலேயே இந்தியா திரும்பினோம். கோவையில் ஒன்பது முதல் ப்ளஸ் டூ வரை முடித்து அண்ணாமலையில் என்ஜினீரிங் முடித்து இரண்டு வருடமாய் கை நிறைய சம்பாத்யம் கொடுக்கும் வேலையில். என்னைச் சுற்றியிருக்கும் பெண்களிடம் தேவையென்றால் மட்டுமே பேசுவது என்று பழகியிருந்தேன். ஆனால், நான் யாரையும் பைக்கில் ஏற்றுவதில்லை என்பதால் ஆபீஸில் வேலை பார்க்கும் பெண்களிடையே நான் பயங்கர கர்வி.

என் காது படவே, ‘அதுவா ‘ஹேண்ட் ஷேக்’ பண்ணவே மேலயும் கீழயும் பாக்கும். தான் ரொம்ப ‘ஹேண்ட்சம்’னு ஒரே கர்வம். பின் சீட்டை பொண்டாட்டிக்குன்னு ரிஸர்வ் பண்ணி வச்சிருக்கு…’ என்று பெண்கள் கூட்டம் சிரித்துக் கிண்டலடிக்கும்.

•

ஆறு மணிக்கு திவ்யா வந்ததும், இருவரும் கிளம்பினோம். எப்படிக் கழற்றிவிடுவது என்று யோசித்தபடியே அவளுடன் படிகளில் இறங்கினேன். பைக்கின் அருகில் சென்றதுமே உதைப்பதுபோல பாவனை செய்து விட்டு, ‘வண்டி காலையிலேயே ட்ரபிள் பண்ணித்து… நாம பேசாம ஆட்டோவுல போயிடுவோம் திவ்யா’ என்று கூறிக்கொண்டே அவளைப் பேசவே விடாமல் ரோட்டை நோக்கி நடந்தேன். ஒடுங்கி ஓரத்தில் அமர்ந்து ஆட்டோவில் செல்லும்போது, ‘ம்… உன்னோட கஸின் எப்படி?’ என்று பேச்சை ஆரம்பித்தேன்.

முகத்தில் பறந்த முடியைச் சரிசெய்துகொண்டே, ‘ம்… ரொம்ப நல்ல டைப். திறமைசாலி. பார்க்கவும் படு ஸ்மார்ட். தொடர்ந்து மூணு வருஷமா கம்பனியோட பெஸ்ட் எம்ப்ளாயி அவார்ட் வாங்கியிருக்கா. மூணு மாசத்துக்கு ஒரு தடவ ப்ளட் டொனேட் பண்ணிடுவா, யோகா க்ளாஸ் நடத்தறா வீக்கெண்ட்ல. பழகறதுக்கு இனிமையானவள்…’ என்று அடுக்கியதை எதிர்ப்புறம் சாலையையே பார்த்தபடி கேட்டேன்.

பூ, பழம் ஆகிய கலவை மணத்துடன் கோயில். தென்பழனியில் இருக்கும் பாலையும் பழத்தையும் வடபழனியில் ஸ்பீக்கரில் பாட்டிலேயே அறிவித்தார் பெங்களூர் ரமணியம்மாள். வாசலிலேயே

அப்பா தனியாக நின்றார். 'அப்பா, இது திவ்யா. என்னோட கலீக்...' என்று அறிமுகம் செய்து முடிக்குமுன் திவ்யாவைப் பார்த்துச் சிரிப்பாலேயே 'ஹலோ...' சொல்லிவிட்டு, 'டேய், ஏண்டா இவ்வளவு லேட்? ஆமா, ஒம் பைக் எங்க? எல்லாரும் காபி சாப்பிட சரவண பவன் போயிருக்கா... ஒன்னக் கூட்டிண்டு போகதான் நான் இங்க நிக்கறேன். வா, வா போவோம்...' என்று இழுத்துக்கொண்டு நடந்தார். பின்னாலேயே திவ்யா ஓட்டநடையாகத் தொடர்ந்தாள்.

அம்மா வாயெல்லாம் பல்லாகப் பேசிக் கொண்டிருந்தது தூரத்திலிருந்தே தெரிந்தது. அம்மாவின் வலது புறமிருந்த பெண், 'ஹாய் திவ்யா...' என்று கூவினாள். சில மேசைகளைக் கடந்து சென்றோம்.' கார்த்திக், இதுதான் என்னோட கஸின், தீபா...' என்றாள் திவ்யா என்னைத் திரும்பிப் பார்த்து.

தீபா! அதுவும் அதே தீபா! சில தடவை மட்டுமே பார்த்த அம்மாவிற்கு அந்த மேடிட்ட நெற்றியும் வலது காதருகில் இருந்த மிளகளவு மச்சமும் மறந்து போனதோ... தினந்தோறும் கொஞ்சம் மிரட்சியுடனேயே பார்த்து வந்த எனக்கு ஞாபகம் இருந்த அளவிற்கு அம்மாவிற்கு நினைவிருக்க வழியில்லை. ஒருவேளை, நினைவு வந்துமே கூட அம்மா பொருட்படுத்த வில்லையா... அவளிடமிருந்த ஒரே மாறுதல் முன்பைவிட கூடிய அவளது உயரம். ஆனால், பத்து வருடத்தில் மீசை, ஓர் அடி கூடுதல் உயரம், நிறம் என்று என்னிடம் ஏற்பட்டிருந்த மாற்றங்கள் மிக அதிகம். தீபாவுக்குத் துளியும் அடையாளம் தெரியவில்லை. இல்லை, முற்றிலும் என்னைப் பற்றி மறந்திருப்பாளோ!

அண்ணா என்னிடம் வந்தான். என்னை மெதுவாகத் தனியே தள்ளிக்கொண்டு போனான். அம்மாவைப் போலவே அவன் முகத்திலும் மகிழ்ச்சி அப்பட்டமாய் அப்பியிருந்தது. 'டேய் கார்த்திக், எங்களுக்கெல்லாம் ஓகே. நீயும் ஒபினியன் சொல்லிட்டீன்னா...' என்றபடி குழப்பத்தில் இருந்த என் முகத்தைப் பார்த்தான். தீபாவின் பெற்றோருடன் பேசிக் கொண்டிருந்த அப்பாவும் கிட்டே வந்து, 'கணேஷ், அவாளும் சிங்கப்பூர்ல இருந்திருக்காடா. அதுவும் நாம இருந்த அதே பீரியட்ல...' என்றார் பூரிப்புடன். அதே பள்ளிக்கூடம் என்று அவர்கள் சொல்லவில்லையா அப்பா? குழப்பத்தில் யார் பேசுவதும் சரியாகக் காதில் விழவில்லை. நிலைமையைக் கிரகித்துக்கொள்ளவே முடியாமல் முகங்களை வெறித்தேன்.

மன்னியாக வீட்டிற்குள் வந்தால் இவள் என்னைத் தன் போட்டியாகவும் எதிரியாகவும் நினைப்பாளோ... அது கூட

பரவாயில்லையே. எதிலும் ஜெயிக்க வேண்டுமென்ற வெறியில் அபாண்டங்கள் சொல்லி குடும்பத்தை ரெண்டாக்கினால்... ஏனோ உடனடியாக பெண் வீட்டாரிடம் சம்மதம் சொல்லிவிடக் கூடாது என்று தோன்றியது.

'அப்பா, அம்மாவ கூப்டுங்கோ. நாம கௌம்பலாம். ரெண்டு நாள்ள பதில் சொல்றோம்னு சொல்லிட்டு கௌம்புங்கோ. போலாம்...' உணர்ச்சியை மறைத்துக்கொண்டு எல்லோரையும் கிளப்பினேன். 'ஏண்டா கார்த்திக்?' என்ற அம்மாவை அலட்சியப்படுத்திவிட்டு, 'திவ்யா, ஒன்னோட கொஞ்சம் பேசணும், வா பேசாம பீஸுக்கே போயிடுவோம்.' என் முகத்தில் இருந்த குழப்பத்தையும் தீவிரத்தையும் பார்த்ததுமே பேசாமல் என் பின்னால் வந்தாள்.

•

ஆட்டோவில் ஏறிப் போகும்போது நான் ஏதும் பேசுவேன் என்று நினைத்து அவ்வப்போது என் முகத்தையே பார்த்தபடியே திவ்யா பயணித்ததை என்னால் உணர முடிந்தது. நான் வழக்கம்போல் ஓடிக் கொண்டிருந்த சாலையின் மறுபுறம் வெறித்தேன்.

வீட்டில் எல்லோருக்கும் அதுவும் அண்ணாவுக்கு மிகவும் பிடித்து விட்டது. என்ன செய்ய? ஒன்றுமே புரியவில்லை. ஆட்டோவி லிருந்து இறங்கி ஆளரவமற்ற மரத்தடியில் நின்று பேச ஆரம்பித்தேன். 'திவ்யா, தீபாவோட கேரெக்டர் பத்தி சொல்லு. ஜெயிக்கணும்னா என்ன வேணா பண்ணுவாளோ? எதுக்கு கேக்கறேன்னா, எங்கண்ணா ரொம்ப ரொம்ப நல்லவன். அவனுக்கு வரப்போறவ நல்லவளா இருக்கணும்னு நெனக்கறேன்...' என்றேன்.

'உன்னோட கேள்வியே புரியல. தீபா ரொம்ப நல்லவ. அவ ஆபீஸ்கே போய் நீ விஜாரிச்சுக்கலாம். அவ வெற்றிய மட்டும் நெனச்சிருந்தா இப்போ ரெண்டு டெஸிக்னேஷன் மேல இருந்திருக்கணும் தெரியுமா... ஆனா, அவ ஆபீஸ்ல ஒரு சீனியர்... ம்... எங்கப்பா வயசிருக்கும், அவருக்குதான் ப்ரமோஷன் வரணும்னு கேட்டுண்டு இவ ப்ரமோஷன விட்டுக் கொடுத்திருக்கா போன வருஷம். இது என்னத் தவிர யாருக்குமே தெரியாது...' என்று சொன்னாள்.

நான் அறிந்திருந்த தீபாவைப் பற்றி முழுவதும் சொன்னேன், என்னுடைய பைக் பின்சீட் விவகாரத்தை மட்டும் கவனமாக மறைத்து. பொறுமையாக ஆனால், கொஞ்சம் ஆச்சரியத்துடன் துப்பட்டாவின் நுனியை விரலால் சேஷ்டை செய்தபடியே கேட்டாள்.

'கார்த்திக், உங்கண்ணாக்கு நிச்சயம் வேற பொண்ணு கெடைக்கும்.

அதேபோல தீபாவுக்கும். இப்ப அதுபெரிய விஷயமா தோணல எனக்கு. பன்னண்டு வருஷத்துக்கு முன்னால் நடந்த அந்த சம்பவத்தை தீபாவுக்கு நினைவுபடுத்தினாதான் உண்டு. ஏன்னா, அவ மறந்திருப்பா. கேட்டாலும் சிரிச்சுட்டு விட்டுடுவா. அத சீரியஸா சொல்லியே இருக்க மாட்டா அவ. உனக்குதான் அப்ப ஒண்ணும் புரியவேயில்லன்னு சொல்றியே... உன்னோட பேசின ஒங்கண்ணாவும் ஒங்கம்மாவும் உன் மனசுல பயம் மட்டுமே வரும்படி பேசியிருக்கா. இதப் பத்தி உனக்கு சரியா யாரும் சொல்லலன்னு நா நெனக்கறேன்...' என்று லெக்சரடித்தவளைத் தடுத்து, 'லுக் திவ்யா, தீபாவப் பத்தி நாம பேசறோம்...' என்றேன் கடுப்புடன்.

'ம்... ஆமா, ஆமா. தீபாவப் பத்தியே பேசலாம். ஆனா, இப்ப ஒனக்குதான் காமாலைக் கண்ணோன்னு... வெரி ஸாரி கார்த்திக், பட் சொல்லாம இருக்க முடியல. சின்ன வயசுல என்னென்னவோ பேசறோம். எல்லாமே நாலே வருஷத்துல கொழந்தத்தனமா நமக்கே படறதாயில்ல? இதே தீபா சின்ன வயசுல எங்க மாமாவைதான் கல்யாணம் பண்ணிப்பேன்னா... அவகிட்ட இப்ப சொன்னா சிரிக்கறா. சின்ன வயசுல நீகூட ஓணான் அடிச்சிருப்ப, இப்ப ஒன்ன 'சாடிஸ்ட்'னு முடிவு பண்ணிடலாமா? ம்..? தீபா தன்ன எல்லாரும் கவனிக்கணும், தான் எப்பவும் நம்பர் ஒண்ணா இருக்கணும்னு ஒரு கட்டத்துல நெனைச்சா. உண்மைதான். ஆனா, இப்ப அவள மாதிரி ஒரு மனமுதிர்ச்சியுடையவளப் பாக்கறதே அபூர்வம். ஒனக்கு பயம் அதிகமாக அப்ப நீங்க இருந்த சூழல் கூட காரணமாயிருந்திருக்கலாம். நெறைய நியூஸ் பேப்பர்ல 'மொலெஸ்டேஷன்' பத்தின செய்திகள் வந்ததுன்னு சொல்றியே அதான். சின்னவயசுல சொல்லப்படற செய்தி மனசுல தப்பாக்கூட பதிஞ்சுடும்னுதான் நான் சொல்ல வரேன். நீ யார்கிட்டயாவது மனசத் தெறந்து பேசியிருக்கியா?'

பதிலை எதிர்பார்த்து அவள் கேட்கவில்லையென்றாலும் நான் இல்லையென்று தலையாட்டினேன். என்னை யோசிக்க விட்டுவிட்டு 'கேட்' தாண்டித் தெரிந்த சாலையில் பார்வையைச் செலுத்தி யிருந்தாள் திவ்யா. நான் மண் தரையையே வெறித்துப் பார்த்த படியிருந்தேன். அரைகுறையாயிருந்த மாலை வெயில் முழுவதும் மறைந்து இருள் சூழ்ந்தது.

திடீரென்று திவ்யாவின் செல்பேசி சிணுங்கியது. 'தீபாதான். ஒன்னோட பேசணுமாம்...' என்று வலுக்கட்டாயமாக என் கையில் திணித்தாள். ஹலோவென்று சொல்லிவிட்டு தீபா பேசுவதைக் கேட்க ஆரம்பித்தேன். 'ஹலோ, கார்த்திக்... எனக்கு உன்ன அடையாளமே தெரியல. இப்பதான் ஒங்கப்பா சொன்னதும்தான் நாம க்ளாஸ்மேட்ஸ்னே புரிஞ்சுது. ஹௌ இன்ட்ரெஸ்டிங்! என்னால

நம்பவே முடியல. ஹௌ நைஸ்! நாம ஒரு நாள் ஒக்காந்து பேசணும் கார்த்திக் பழைய கதையெல்லாம்...' கல்யாணப் பேச்சைத் தவிர்த்து விட்டு உற்சாகமாக ஏதேதோ பேசிக்கொண்டே போனாள்.

நான் 'உம்' மட்டும் கொட்டிக்கொண்டேயிருந்தேன். ஃபோனைத் துண்டித்ததும் தீபாவின் குரலையும் சொற்களையும் அசை போட்டேன். அதில் கபடின் சுவடைத் தேடித்தேடித் தோற்றேன்.

தேவைக்கதிகமாக பயந்து எதிர்மறையாகவே யோசித்து வந்திருக்கிறேன் என்ற உண்மை முகத்தில் முதல்முறையாக அறைந்தது. தீபாவின் திருமணம் கூடி வரவேண்டும் என்ற அக்கறை இருந்தாலும் கூட அதை முதன்மைப்படுத்தாமல் எதார்த்தத்தை எனக்குப் புரிய வைத்திருந்த திவ்யா எனக்குத் தன்னையறியாமலேயே பெரும் உதவி செய்திருந்தாள். எனக்குள் கொணர்ந்திருந்த மாற்றத்தை அறியாமல் நிச்சலனமாய் பெஞ்சில் உட்கார்ந்திருந்தாள்.

'ம்... திவ்யா, வா போகலாம். சொல்லு, ஒன்ன எங்க ட்ராப் பண்ணட்டும்?' என்றபடியே பைக்கையடைந்து உதைத்துக் கிளப்பிய என் முகத்தையே திவ்யா தன் புருவத்தையுயர்த்திக் குறும்புடன் ஆழமாகப் பார்த்தாள்.

•

கல்கி வாரயிதழ், 13-03-05

‘ஜேட்’ வளையல்

~

ஐம்பது வெள்ளிக்கு மேல் பலசரக்கு வாங்குவோருக்கு முருகன் தள்ளுவண்டியில் அவர்களின் வீட்டிற்கே சென்று கொடுப்பதா லேயே, சில வாடிக்கைகள் இன்னமும் விடாமல் தொடர்ந்தன. அப்படியொரு சமயம் சாலையைக் கடந்து மறுபுறமிருந்த புதிய ப்ளோக் 51ல் வசித்த டாக்டர் லிம்மின் சாமான்களைக் கொண்டு போய்க் கொடுத்துவிட்டுத் திரும்பிக் கொண்டிருந்தார். அப்போது தான் கடைக்கு அடுத்திருந்த பழைய ப்ளோக் 4லில் வசித்த ‘யிங்க் ஆயி’ படிகளில் உருண்டு விழுந்து இடுப்பை உடைத்துக்கொண்டு ஆம்புலன்ஸில் ஏற்றப் படுவதைக் காணவென்று நின்ற கூட்டத்தைப் பார்க்க நேர்ந்தது. ஐந்து நிமிடத்திற்கு முன் வரை பெய்து தீர்த்த பேய் மழையின் சுவடு மறைந்து மாலை வெயில் முகத்தில் அடித்தது. முருகன் அருகில் வந்ததுகூட தெரியாமல் வலி தாங்காமல் கண்ணை மூடிக் கொண்டிருந்தாள். கந்தலாகக் கிடந்த அவளின் வலக்கரம் ஸ்ட்ரெச்சரிலிருந்து தொங்கிக் கொண்டிருந்தது. அதில் அன்று வாங்கிய புதுப் பொலிவோடு ஜேட் வளையல்.

கிழவிக்குக் குறைந்தது எண்பத்திரண்டு வயதிருக்கும். அதே வட்டாரத்தில் வசித்து வந்த

வாண்டுகள் முதல் அவளை விட பெரியவர்கள் வரை வயது பாகுபாடின்றி எல்லோருமே ‘ஆயி’ என்றே விளித்தனர். வலியில் துடித்துவிட்டாள் பாவம். பத்துப் பன்னிரண்டு படிகள் உருண்டு விழுந்து பிழைத்ததே பேரதிசயம். ஈனசுரத்தில் கதறியது இன்றும்கூட அவ்விடத்தைக் கடந்து செல்கையில் நினைவில் மோதி மறையும். இரண்டு நாட்களுக்கு முன் கடைக்கு வந்து, ‘நேத்தி நடுராத்திரி

பன்னெண்டு மணியோட 'யூலன் ஜேய்' முடிஞ்சு ஆவியையெல்லாம் மேலுலகத்துக்கு அனுப்பியாச்சு மிருகா...' என்று கூறியபோது ஒரு மாதம் படுக்கையில் விழப் போகிறாள் என்று யார்தான் நினைத்திருப்பர். 'சாங்கி ஏர்போர்ட் போய் ஏத்தி விட்டீங்களாக்கும்?' என்று கேலி செய்ததும் இன்று நடந்ததைப்போல நினைவில்.

வருடா வருடம் ஆவிகள் அனுபவிக்கும் ஒரு மாதக் கொண்டாட்டம் தனக்கு மட்டும் தொடர்ந்து மறுக்கப்பட்டு வருவதைப்போல கிழவி அவ்வப்போது புலம்பி வந்தாள். சிறு குழந்தையின் ஏமாற்றமே குரலில் இருக்கும். பூவுலகில் இருப்பது அலுத்து மேலுலகத்துக்கு ஏங்கியபடியிருந்தாள். முருகனுக்கு 'ஹொக்கெய்ன்' சரளமாகத் தெரியுமென்ற காரணத்தால் மட்டுமில்லாமல் அவர்பால் வளர்த்துக் கொண்ட பாசத்தாலும் கிழவி அவரிடம் மட்டும் அரட்டை யடிப்பாள். சொந்த இனத்தாரிடம் கூட அவளுக்கு ஏனோ ஒட்டவேயில்லை.

மருத்துவமனையில் சிகிச்சை பெற்று வந்த ஒருமாதமும் முருகனைத் தவிர வேறு யாரும் அவளைக் காண வந்ததாகத் தெரியவில்லை. சொந்தமென்று சிலர் இருந்தும் தொடர்பில்லாமல் வருடக்கணக்கில் வாழ்ந்து விட்டிருந்தாள். சிகிச்சையின்போது வலியைப் பொறுத்துக் கொள்ள முடியாமல் துடித்தாள். இரண்டு நாட்களுக்கு முருகன் கடையை மூடிவிட்டு கூடவேயிருந்தார். மூன்றாம் நாள் வலி மட்டுப் பட்டதும்தான் கடையை அரை நாளுக்குத் திறந்து வைத்திருந்தார்.

வலி குறையவும் கிழவிக்குப் பேச்சு கூடியது. 'நீ யாரோ, நா யாரோ... ஆனா எனக்கிருக்கறது நீ ஒருத்தன்தான்...' என்று உணர்ச்சிக் குழம்பில் குளித்தாள். 'சரி, சரி. எதுக்கதெல்லாம் இப்போ... நீங்க இப்ப ஓய்வெடுங்க. பேச்செல்லாம் அப்புறம் பார்த்துக்கலாம் ஆயி...' என்றவரைப் பொருட்படுத்தாமல்,' இல்ல, சொல்ல வேண்டியத சொல்லக்கூட முடியாமப் போயிடும் போலயிருக்கு... நீ சும்மாயிரு. என்னோட கொஞ்ச நேரம் பேசிட்டுப் போ...' என்றாள். 'இல்ல. ஆயி, நா நாளைக்கி வரேன். இன்னிக்கு, அரிசி வருது. தவிர இன்னும் சில சரக்கெல்லாம் எறக்கறாங்க. நா நாளைக்கி வரேனே... உங்களுக்கு என்ன வேணும், சொல்லுங்க, எடுத்துட்டு வரேன்...' என்றதும் சின்னக் குழந்தையைப்போல, 'எனக்கு ஒண்ணும் வேணாம்' என்றபடி மறுபுறம் திரும்பிப் படுத்துக் கொண்டாள்.

மறுநாள் மறக்காமல் அவளுக்குப் பிடித்த சோயா பாலும் உப்பு பிஸ்கட்டும் கொண்டுவர வேண்டுமென்று நினைத்தபடி சிரித்துக் கொண்டு அறையை விட்டு வெளியேறினார் முருகன். மறுநாள்

அவரைப் பார்த்ததுமே முதலில் மெய்லியைப் பற்றிதான் விசாரித்தாள். 'அவங்க யாரும் வரலயே ஆயி. அவங்களயெல்லாம் பாத்தே ஒரு ரெண்டு வாரமிருக்கும்...' என்றதும் நெற்றியைச் சுருக்கிக்கொண்டே ஒருக்களித்துப் படுத்தபடியே உப்பு பிஸ்கட்டைப் பிரித்து ஒன்றைக் கடித்தாள்.

மருத்துவர் லிம்மின் பேத்தி மெய்லியின் மீது கிழவிக்குக் கொள்ளைப் பிரியம். லிம்மின் மகனுக்கும் மருமகளுக்கும் கிழவி தீண்டத்தகாதவள். முகத்தைச் சுளித்து சிறுமியை இழுத்துக்கொண்டு ஓடிவிடவே துடிப்பர். சிறுமியைப் பார்த்ததுமே கிழவியின் இருபது வயது பூவின் உலர்ந்த இதழ்களாய் உதிர்ந்துவிடும். வயதும் அனுபவமும் சுருக்கங்களாக எழுதப்பட்டிருக்கும் அவளின் முகம் மகிழ்ச்சியில் மலரும். சிரிப்பு சுருக்கங்களை மேலும் விரிக்கும். சீரில்லாமல் வளைந்தும் நெளிந்துமிருக்கும் விரல்களைக்கொண்ட கையை நீட்டிக் கிழவி கூப்பிடுவாள். தோல் போர்த்திய எலும்புக்கையில் பொருத்தமேயில்லாத 'ஜேட்' வளையல்தான் நான்கு வயது நிரம்பியிருந்த சிறுமியின் கண்ணில் படும். கிழவி குமரியாக இருந்த காலம் முதல் கையோடு போட்டுக் கொண்டிருக்கிறாளாம். விரல் மூட்டுக் களைத் தாண்டி வரவே வராது. ஆகவே கழற்றுவதேயில்லை. சின்னக் குழந்தையாக முகம் பார்க்க ஆரம்பித்ததிலிருந்து மெய்லி அதையேதான் பார்ப்பாள். சில வேளைகளில் இழுத்தும் தொட்டும் கூட ரசிப்பாள்.

தாத்தாவோடு பேத்தி வரும்போது குழந்தையைத் தன் நடுங்கும் கையில் வாங்கிக் கொஞ்சி விடவும் செய்திருக்கிறாள். ஒரு வயது மெய்லி ஒரு முறை கிழவியின் நெல்லியளவுக் கொண்டையைத் தன் குட்டிக் கைகளால் பிய்த்து இழுத்துவிட்டாள். பஞ்சாய் மாறியிருந்த சொற்ப முடியைப் பின்னிச் சுற்றிக் கொண்டையாகப் போட்டு அதற்குத் துளியும் சம்பந்தமேயில்லாத கறுப்பு வலையை வேறு சுற்றியிருப்பாள். இது போன்ற தொட்டில் பழக்கங்களை விட முடியவில்லை அவளால். மெய்லி கையில் கிடைத்த வலையைப் பூச்சியென்று பயந்து கீழே போட்டுவிட்டு அழத் தொடங்கினாள். அப்போதும்கூட கிழவியின் கை வளையையே பார்த்துக்கொண்டு தான் அழுதாள். குழந்தைக்காகத் தன் வளையலைக் கழற்ற அப்போதெல்லாம் முயல்வாள். முயற்சி தோல்வியில் முடிய குழந்தையின் கைக்கு எட்டும்படி தன் கையையே நீட்டுவாள். ஒவ்வொரு முறையும் அவள் வாய், 'உனக்குதான், எனக்கப்புறமா இது உனக்குதான் செல்லம்...' என்று கூற அலுத்ததேயில்லை.

தீபாவளி வந்துவிட்டால் ஒரு டின் முறுக்கையும் ஒரே வாரத்தில் தின்று தீர்ப்பாள். கடிக்கப் பல்லில் வலுவில்லை என்பது ஒரு

தடையாகவேயில்லை. பிட்டுப் பிட்டு வாயில் அதக்கி ஊற வைத்துத் தின்பாள். முருகன் அவளுக்காகவே 'கேலாங்' சிவன் கோயிலில் முன்பணம் செலுத்திப் பலகாரங்கள் வாங்கிக் கொடுப்பார். முன்பெல்லாம் அவரோடு கிழவியும் தீபாவளியன்று கோயிலுக்குப் போவாள். கேள்வி தொக்கி நின்ற பார்வைகளைக் கடுகளவும் பொருட்படுத்தாமல் சிவனையும் பௌத்த ஆலயத்தில் தொழும் முறையிலேயே தொழுவாள். பிறகு, அடுத்திருக்கும் புத்தராலயத்திற்கும் இருவரும் சென்று திரும்பிவிடுவர்.

ஒரு வருடமாகப் புதிதாகத் திறக்கப்பட்டிருந்த 'நியாய விலை'க் கடையில் புக்கித்மேரா வாசிகள் குவியத் தொடங்கியதிலிருந்தே கடையில் வியாபாரம் மந்தம்தான். ஆனால் இன்னமும் வாடிக்கை யாளர்களில் பலர் பழக்கத்தை விடாமல் முருகனின் கடையிலேயே பொருட்களை வாங்கினர். சிலருக்குப் பொருட்கள் வாங்குவதை விட முருகனுடன் பேசுவதில் அதிக ஆர்வம். தவிரவும், 'முருகன் ஸ்டோர்' செய்த சில்லரை விற்பனை சேவை மற்ற அலங்கார அங்காடிகளில் கிடைக்கவில்லையே... அதுமட்டுமா, அங்கு வந்த வழக்கமான வாடிக்கையாளர்களில் சிலர் வருடக்கணக்காக முருகனிடம் தங்கள் தேவைகளுக்கு வந்து கொண்டிருந்தவர்கள். அதில் சிலர் பொருளை எடுத்துக்கொண்டு நடையைக் கட்டிவிடுவர். பிறகு ஒரு நாளிலோ ஒரு வாரத்திலோ பணத்தைக் கொடுப்பர். முருகன் நினைவில் வைத்துக் கேட்டு வாங்கவேண்டியவர்களும் சிலருண்டு.

முழு வாடகையைச் சமாளிக்க முடியாமல், சில மாதங்களுக்கு முன்தான் கடையைப் பிரித்து ஒரு பாதியைத் தான் வைத்துக்கொண்டு மறு பாதியை அட்னனுக்கு முடித் திருத்தகம் வைக்கவென்று உள் வாடகைக்கு விட்டு விட்டார் முருகன். இது தவிர விடியற் காலையிலேயே எழுந்து நபீஸா 'பசியாற'வென்று தயாரித்துக் கொண்டு வந்த பலகாரங்களை கடைக்கு முன்பு மேசையில் பரப்பி விற்கவும் 'பிழைத்துக் கொள்ளட்டும்' என்று விட்டுவிட்டார். இப்போதெல்லாம் பலசரக்குச் சாமான்களை விட அந்தப் பலகாரங்களுக்குதான் காலை நேரப் பரபரப்பிலும் வட்டார மக்கள் முண்டினர். பெரும்பாலும் நபீஸாவின் உழைப்புக்கு நல்ல பலன் கிடைத்தே வந்தது. கணவன் இறந்துவிட பாவம் அவள் மூன்று பிள்ளைகளையும் வளர்த்தெடுக்க பகலில் தையல் வேலையும் செய்து வந்தாள்.

முருகனுக்குக் கடையில் அன்று வேலை வழக்கத்தை விட குறைவாகவேயிருந்தது. 'அங்கிள், யிங்க் ஆயி உங்கள கூப்பிட்டாங்க...' என்று மைதானத்தில் விளையாடி வியர்த்திருந்த

வாண்டு சொல்லிவிட்டு, சொன்ன வேகத்திலேயே விளையாட்டைத் தொடர விரைந்தது. கிழவிக்கு ஒரு வருடமாகவே நேரம் சரியில்லை. ஒரு மாதம் படுத்த படுக்கையாக மருத்துவமனை வாசம் முடித்ததி லிருந்து நடக்கவே சிரமம். வீட்டிற்குள்ளேயே மெள்ள நடந்து கழிப்பறை வரை போய் வர மட்டும் முடிந்தது. ரொட்டியும் கஞ்சியும் சமூக சேவை அமைப்புகள் தயவில் வயிற்றுப் பாட்டை நிறைவேற்றியது. வேலையும் இல்லாமல் சேமிப்பும் இல்லாமல் அரசாங்கத்தில் சொற்ப உதவித் தொகை கொண்டு காலத்தைக் கழித்தாள். ஆனால், சுயமரியாதைக்கொன்றும் குறைச்சலேயில்லை. எப்போதாவது முருகன் கடைச் சாமானிலிருந்து எடுத்துக்கொள்ளச் சொன்னால் தலையைத் தலையை ஆட்டி மறுத்துவிட்டு விடுவிடுவென்று குச்சியை ஊன்றிக்கொண்டு நகர்ந்துவிடுவாள்.

'ஏன் ஆயி, 'நீ எம்பிள்ள மாதிரி... எனக்கும் யாருமில்ல, நீதான் என்னோட காரியமெல்லாம் பார்த்துச் செய்யணும், ஒவ்வொரு வருஷமும் 'யூலன் ஜேய்' கொண்டாட்டத்துக்கு நீதான் எனக்கு பிடிச்சதப் படைக்கணும்'னெல்லாம் சொல்றீங்கள்ள... ஆனா, நா ஏதும் கொடுத்தா மட்டும் பிடிவாதமா மறுத்துடறீங்க' என்று முருகன் கேட்கும் போதெல்லாம் சிரித்துக்கொண்டே, ஏதேதோ வேறு கதைகள் பேசிப் பேச்சை மாற்றி விடுவாள்.

கீழேயிறங்கிக் கடைக்கு வர முடியவில்லை. அதில் அவளுக்குக் கழுத்து வரை குறை. அவளுக்கென்றே போடப்பட்டிருந்தது போன்ற முக்காலி ஒன்று முருகனின் கடையிலுண்டு. அது உட்கார ஆளில்லாமல் கிடந்தது. முன்பெல்லாம், அதில் உட்கார்ந்து கொண்டு, 'இன்னிக்கு வியாபாரம் எப்பிடி?' என்று ஆரம்பித்து 'அந்த மூணாவது கட்டடத்துல புதுசா யாரோ நாய் வாங்கியிருக்காங்க... குட்டி போலயிருக்கு, ஒரேயடியா குரைச்சுகிட்டே இருந்துச்சி ராத்திரி முச்சூடும்...' என்று எதையாவது பேசிக்கொண்டேயிருப்பதுண்டு. இத அங்க வை, அதை இங்க வை என்றெல்லாம் அனுபவத்தினால் தான் கற்றவற்றையும் முருகனுக்குச் சொல்லிக் கொடுப்பாள்.

'ராத்திரி துரியான் சாப்புட்டேனா, ஒரே சூடாயிடுச்சு...' என்றுவேறு முறையிடுவாள். 'பிடிச்சதையெல்லாம் வாரி வளச்சித் திங்கற வயசா உங்களுக்கு, வாயக் கட்டுங்க ஆயி...' என்றாலோ சிரித்து மழுப்புவாள். ஊர்ந்து ஊர்ந்து தடியை ஊன்றிக் கொண்டாவது, 'மிருகா, மிருகா' என்று கூப்பிட்டுக்கொண்டே வந்து குசலம் விசாரித்து விட்டு ஒரு மூலையில் உட்கார்ந்து போவோர் வருவோரையும் ஊர்வம்பையும் கண்ணையிடுக்கிக் கொண்டு பார்த்தும் கேட்டும் விட்டு இருட்டுவதற்கு முன்புதான் வீட்டிற்குக் கிளம்புவாள்.

‘நாந்தான் எங்கம்மாவுக்காகவே அம்பத்தி மூணு வயசு வரைக்கும் கல்யாணத்தப் பத்தி நெனைக்காம இருந்துட்டு, இப்ப நாதியத்திருக்கேன். உனக்கு என்ன பிடிவாதம்... ம்? நாப்பதிருக்குமா உனக்கு இப்ப வயசு? ஏய் மிருகா, நீ சீக்கிரமே ஒரு பொண்ணப் பார்த்து கல்யாணத்தப் பண்ணிக்கோயேன். போறதுக்கு முன்ன நானும் பாத்துட்டே போறேன். எப்படியும் அடுத்த ‘யூலன் ஜேய்’க்கு நா ஆவியாதான் இங்க வருவேன். இது எனக்கு தோணிக்கிட்டேதான் இருக்கு...’ இப்படிச் சொல்லிச் சொல்லியே ஐந்தாறு வருடங்கள் கடந்துவிட்டன.

முன்புபோல எடுபிடிக்குக் கடையில் பையனும் இல்லை. அட்னனிடம் கடையைக் கொஞ்சம் பார்த்துக் கொள்ளச் சொல்லிவிட்டு கிழவி வீட்டிற்குப் படியில் ஏறினார். இருபத்திநான்கு மணிநேரமும் வீடு திறந்தேயிருக்கும். கையில் கிடந்த வெளிர் பச்சை வளையலைத் தவிர ஒன்றுமே திருடனுக்குக் கிடைக்காது என்று சிரித்துக் கொண்டே எப்போதும் சொல்வாள். மெள்ள கதவைத் தள்ளிக் கொண்டே உள்ளே நுழைந்தார். ‘யாரு?’ படுக்கையிலிருந்து முனகலாய் வெளிப்பட்டது கேள்வி. அறையிருட்டில் தும்பைப் பூவாய் கிழவியின் கட்டப்படாத முடி தலையணையில் தாறுமாறாகக் கிடந்தது.

‘நாந்தான் முருகன்...’ என்றதுமே, ‘வந்துட்டயா? எனக்கு சோயாப் பால் வேணும். அங்கயிருக்கு பாரு பெரிய பெட்டி, அதுக்குள்ள செவப்பு கலர்ல சின்னப் பெட்டியிலதான் காசு வச்சிருக்கேன். எ்டுத்துக்கோ, யாரு கிட்டையாவது கொடுத்துவிடு’ என்றாள். ‘காசெல்லாம் வேணா ஆயி... கஞ்சி சாப்புட்டீங்களா ?’ என்றதுமே வழக்கமான புலம்பல் ஆரம்பித்துவிட்டது.

‘நா ஏந்தா உயிரோட இருக்கணும்...’ ‘என்ன கொண்டுபோக மாட்டேங்கறானே...’ என்று ஒரே புலம்பல். ‘மிருகா, தீ மிதி முடிஞ்சுடுச்சா? மாரியம்மன் கோயிலுக்கு போவணுமில்ல...’ என்று சம்பந்தமேயில்லாமல் திடீரென்று கிழவி கேட்டாள்.

‘தீ மிதியா? இப்பவா? தீபாவளிக்கு முன்னாடிதானே ஆயி வரும். இப்பதானே சீனப் புத்தாண்டு முடிஞ்சு ‘ஹரிராயாவே’ முடிஞ்சிருக்கு. இன்னும் ‘யூலன் ஜேய்’ முடியணும், அதுக்கப்பால தானே தீ மிதி, தீபாவளியெல்லாம் வரும். அதெல்லாம் இருக்கட்டும். நீங்க படுத்து ஓய்வெடுங்க...’ என்ற முருகனைக் கையாலேயே நிறுத்தி, ‘முருகா, இந்த ‘யூலன் ஜேய்’க்கு நான் இருக்க மாட்டேன். எம்மூச்சு நின்னதும்...’ சிரித்துக்கொண்டே நடுவில் பேச நினைத்த வரை மறுபடியும் தடுத்துவிட்டுத் தொடர்ந்தாள். ‘உடனேயே நீ அந்த

பேங்க்குக்கு போய் மேலதிகாரியை பாரு. போதும் ஒன்னோட கேலிச் சிரிப்பு… போயி பாப்பியா?’ என்று கட்டளை போடுவதைப்போல சொன்னதும் முருகன் அவளது திருப்திக்காக தலையைத் தலையை ஆட்டி வைத்தார்.

‘அப்பறம் இதோ, இந்த வளையல் இத்தன வருஷம் எங்கையில யிருந்து கழற்ற முடியாம இருந்துச்சில்ல. இன்னிக்கு பாரேன்… தானா இடது கையில சிக்கிக் கழண்டுடுச்சு. இத ஒங்கிட்ட வச்சிக்கோ. மெய்லிக்கு கொடுத்துடு…’ என்றாள். கிழவிக்கு அரைத் தூக்கமா, இல்லை நிஜமாகவே நேரம் நெருங்கி விட்டதாவென்று தெரியவில்லை. சம்பந்தா சம்பந்தமில்லாமல் கேள்வி கேட்டதைப் பார்த்து குழம்பிதான் போனார். ஆனால், கழலாத வளையல் கழன்றிருந்தது.

முன்பு மெய்லியிடம் விளையாட்டுக்குச் சொன்னதாய் அனைவரும் நம்பிய வார்த்தைகள் உள்ளத்து வார்த்தைகள்! அவளுக்காக வளையலை தன்னிடம் கொடுத்ததும் கிழவி தெளிவாய் இருப்பதையே அவருக்கு உணர்த்தியது. எந்தச் சித்ரவதையு மில்லாமல் அலுங்காமல் வளையல் கழன்றதைப்போல் உயிரும் கழன்றால் போதுமே என்று நினைத்துக்கொண்டார்.

குழந்தையைத் தட்டுவதைப்போல அவளது தோளில் சில நிமிடங்கள் தட்டிக் கொண்டிருந்தார். கிழவி உறங்கியதும், அங்கு தாறுமாறாகக் கிடந்த இரண்டு துண்டுகளையும் ஒரு உடையையும் பொறுக்கி கூடைக்குள் போட்டார். அடுப்பு அணைக்கப்படாமல் எரிகிறதா வென்று வழக்கமாகச் சோதிப்பதைச் செய்துவிட்டு மெதுவாக கதவைச் சாத்திக்கொண்டே வெளியேறினார். கடையில் கை தன் போக்கில் வேலையில் ஈடுபட்டிருந்த போதிலும் மனம் ஏனோ அடி வயிற்றிலிருந்து பிசைந்தபடியிருந்தது. வயதானவள்தான், போக வேண்டியவள்தான்.

தன் தாய் இறந்தபோது எப்படி உணர்ந்தார் என்று முப்பத்தேழு வருடம் கழித்து துளியும் நினைவில்லை என்று முதன் முறையாக உணர்ந்தார். நான்கு வயதுச் சிறுவனாய் இழப்பை அறியாமல் விளையாடிக் கொண்டுதான் இருந்திருப்பேன் என்று நினைத்துக் கொண்டார். ‘இழப்பை’ உணர விதி செய்து கொடுக்கும் வழியோ..! மேல் சட்டைப் பையில் கிழவியின் வளையல் இடது புறம் உறுத்தியது. தொட்டுப் பார்த்துக்கொண்டார்.

பிறக்குமுன்பே தந்தையை இழந்து நான்கு வயதில் ஒரே உறவான தாயையும் இழந்து ‘பார்ட்லி சாலை’யில் இருக்கும் இராமகிருஷ்ணா

மடத்தின் ஆதரவில் வாழ்ந்து, தொழில் கல்வி பயின்று கப்பல் பட்டறையில் வேலை செய்தபோதுதான், ஏறக்குறைய இருபத் தோராண்டுகளுக்கு முன் முதலில் யிங் ஆயியைச் சந்தித்தார். துப்புரவுத் தொழிலாளியாக இருந்தவளுக்கு அப்போதே தன் தாய்க் கிழவியைக் கவனிக்கும் பொறுப்பிருந்தது. முருகன் வேலையில் நாட்டம் குறைந்தபோது, சேமிப்பையும் வங்கிக் கடனையும் கொண்டு மளிகைக் கடை வைத்தார். சுய தொழிலின் சுவை கண்டதும் அதையே உடும்புப் பிடியாகப் பிடித்துக்கொண்டு நியாயமான முறையில் வியாபாரம் செய்தார்.

பின் மாலையில் வழக்கத்தை விட சீக்கிரமே கடையைப் பூட்டிவிட்டு மாடியேறாமல், சாலையைக் கடந்து டாக்டர் லிம்மின் வீட்டிற்குச் சென்றார். நல்ல வேளை மகனும் மருமகளும் வீடு திரும்பியிருக்க வில்லை. வெளிர் பச்சை வளையலை எடுத்து நீட்டியதுமே அவர் முகத்தில் குழப்பம். 'இல்லல்ல... இப்பதான் சாயந்தரம்தான் ஆயி கொடுத்தாங்க, மெய்லிக்குன்னு மனசுல ரெண்டு மூணு வருஷமாவே நெனச்சிகிட்டுதான் இருக்காங்க...' என்றார் முருகன். திரு.லிம் தயக்கம் காட்டவே, 'தயங்காதீங்க. பாப்பா மேல கெழவிக்கு ரொம்ப பாசம். அதான்... மறுக்காம வாங்கிக்கங்க' என்றதும் வாங்கிக் கொண்டார். நன்றி கூறி விடைபெற்று வீடு திரும்பும்போது மறு படியும் கிழவியைப் பார்ப்போமா என்று தோன்றியது. தூங்கட்டும் என்று மனதை மாற்றிக்கொண்டு மாடியேறிப் போய்ப் படுத்தார். காலையில் வழக்கத்திற்கு விரோதமாய் வாசற்கதவு தட்டப்பட...

அட்னன்தான் செய்தி கொண்டுவந்தான். யிங் ஆயியின் மூச்சு தூக்கத்திலேயே நின்றுவிட்டது. வழக்கமாகக் கிழவிக்கு ரொட்டி கொண்டுவரும் இளம் பெண்தான் முதலில் பார்த்தாளாம். முந்தைய இரவே ஓரளவிற்கு எதிர்பார்த்திருந்ததாலோ என்னவோ முருகனுக்குப் பெரிய அதிர்ச்சியாக இருக்கவில்லை. உடனே ஆக வேண்டியதைப் பார்க்கும் பரபரப்பே தொற்றிக்கொண்டது. உடனே வீட்டைப் பூட்டிக்கொண்டு அடுத்த கட்டடத்தை அடைந்தார். ஆயி தூங்குவதைப் போலவேயிருந்தாள். அக்கம் பக்கத்து முதியவர்கள் சிலர் கூடிவிட்டிருந்தனர். மருத்துவரை தொலைபேசியில் அழைக்கும் பொறுப்பை அட்னன் ஏற்றுக்கொண்டான். கொஞ்ச நேரத்திலேயே மருத்துவ வண்டி வந்து கிழவியைத் தூக்கிக்கொண்டு சென்றது. கடையைத் திறக்க மனமில்லாமல் வீட்டிலேயே பசியாறாமலேயே படுத்திருந்தார் முருகன்.

இரண்டு வருடங்களுக்கு முன்பே கிழவி இறந்திருக்க வேண்டியது. ஆனால், விதி வேறு மாதிரியிருக்கவே பிழைத்துக் கொண்டாள். தனிமையைத் தாங்கிக்கொள்ளவே முடியவில்லையென்று

அவ்வப்போது பிதற்றினாள். ஒருநாள் குச்சியை ஊன்றியபடியே வேகவேகமாக கடைக்கு வந்து, 'மிருகா, 'ப்ளீச்' ஒரு போத்தல் குடேன்...' என்று கேட்டு காசை எண்ணிக் கொடுத்துவிட்டு விறுவிறு வென்று போய்விட்டாள்.

முருகன் மற்ற வாடிக்கையாளர்களைக் கவனிக்கும் மும்முரத்தில் கிழவிக்கு எதற்கு 'ப்ளீச்' என்று யோசிக்கவில்லை. கொஞ்ச நேரம் சென்று யோசிக்கும்போதுதான் கழிப்பறையைக் கழுவப் போகிறாளோ, எங்கேயாவது விழுந்து வைக்கப் போகிறாளே என்று பயந்துகொண்டே பதற்றத்துடன் அவளின் வீட்டிற்குப் போனார். நான்காவது மாடிக்கு ஏறும்போதே கிழவியின் அலறல் கேட்டது. பதறியடித்துக்கொண்டு போனால், 'மிருகா, எரியுது, அய்யோ எரியுது... ச்சூமிங்...' என்று விநோதமான ஒரு மிருக அழுகை. என்னவென்று விசாரித்தால், ப்ளீச்சைக் குடித்தால் உயிர் போய்விடும் என்று குடித்தாளாம். உடனேயே மருத்துவ வண்டி வந்து, வாரிக் கொண்டுபோய் சிகிச்சைக்குப் பிறகு பிழைத்தாள். சில மாதங்களிலேயே மணிக்கட்டைக் கத்தியால் அறுத்து மறுபடியும் முயன்றாள். மீண்டும் தோற்றாள்.

மதியம் 'சிவம் கேஸ்கெட்ஸ்'ஸிலிருந்து தொலைபேசியில் அழைத்தனர். வங்கி ஊழியருக்குத் தகவல் கிடைத்து அவர் தான் தெரிவித்தாராம். உடனே முருகனுக்கு வங்கி அதிகாரியைப் போய் பார்க்கச் சொன்னது நினைவுக்கு வந்தது. போவோமென்று வீட்டைப் பூட்டும்போது அவரே வந்துவிட்டார். 'பக்கத்து வீட்டுக்காரங்க கிட்ட 'சிவம் கேஸ்கெட்ஸ்' நம்பர் கொடுத்து வச்சிருக்காங்க, ஃபோன் பண்ண வேண்டி. ஏழெட்டு வருஷமா, ஒருவேள மட்டும் சாப்பிட்டுக் கொண்டு சிறுகச் சிறுக சேர்த்து ரெண்டு தொகையாப் போட்டு வச்சிருக்காங்க மூதாட்டி. ஒண்ணு அவங்க காரியத்துக்குன்னு. அத கேஸ்கெட்ஸ்காரங்களுக்கு கொடுக்கச் சொல்லியிருக்காங்க. இன்னொரு தொகை உங்களுக்கு. வருஷா வருஷம் நீங்க அவங்களுக்கு படையல் போடறதுக்கான செலவுன்னு சொல்லி யிருக்காங்க... இப்ப காரியம் நீங்கதான் செய்யணும். செய்வீங்கன்னு தான், உங்களுக்கு சிரமமில்லாம உங்க வழக்கப்படி செய்யணும்னு 'சிவம்' கேஸ்கெட்ஸ் சர்விஸுக்கு சொல்லியிருக்காங்க...' என்று சொல்லி விட்டு கையில் ஏதேதோ காகிதங்களைத் திணித்துவிட்டுப் போய்விட்டார். முருகனுக்கு அவர் தொடர்ந்து சொன்ன சொற்கள் அர்த்தமில்லாச் சத்தங்களாயின. நினைவு தெரிந்து முதல் முதலாக அவர் கன்னங்கள் நனைந்திருந்தன. தன் மேல் கிழவி வைத்திருந்த நம்பிக்கை பாசம் எல்லாவற்றையும் புதிதாக உணர்வதைப் போல

மலைத்து நின்றார் முருகன். அவர் கையால் கிடைத்த கொள்ளியோடு தமிழர் வழக்கப்படியே கிழவியின் இறுதி யாத்திரை முடிந்தது.

மெய்லியின் அம்மாவுக்கு கிழவியின் வளையலை ஏற்றுக்கொள்ள விருப்பமேயில்லை. அதை விட அழகான வளையலைத் தானே வாங்கித் தருவதாய் மகளிடமும் குடும்பத்தாரிடமும் சொல்லிக் கொண்டிருந்தாள். பலரும் பல விதமாக எடுத்துக் கூறிய பின் தன் மகளின் கையில் மாட்டிவிட்டாள். ஆவியுருவிலிருக்கும் கிழவியின் கோபத்திற்குப் பயந்தே சம்மதித்திருக்கிறாள். திரு.லிம்மிடமிருந்து வளையல் மெய்லியின் கரத்தில் ஏறுவதற்குள் குடும்பத்தில் ஏகப்பட்ட வாக்குவாதங்களாம். கடைக்கு வந்திருந்த மெய்லியின் அப்பா முருகனிடம் விவரித்தார்.

சந்திர வருடத்தின் ஏழாம் மாதமும் வந்தது. முருகன் கிழவிக்குப் பிடித்த சோயாப் பால், உப்பு பிஸ்கெட் மற்றும் துரியான் பழச்சுளை களைப் படைத்தார். கொஞ்சம் தள்ளி குத்த வைத்து மெய்லியும் தனக்குப் பிடித்ததையெல்லாம் ஆயிக்கு வைத்துக் கொண்டிருந்தாள். ஊதுவத்தியோடு, ஏற்றி வைத்திருந்த இரண்டு மெழுகுவத்திகளும் ஆடாமல் எரிந்தன. அடுத்து எரிக்கவென்று கட்டு ‘ஆவியுலக’ பணம் வேறு அவளருகில் தயாராய் இருந்தது. பரவாயில்லை, கிழவிக்கு ஏழை மகனொருவனும் பணக்காரப் பேத்தியொருத்தியும் கிடைத்து விட்டார்களே... கோணல் சிரிப்போடு பார்த்துக்கொண்டு தானிருப்பாள் எங்கிருந்தாவது அருவமாய். எழுந்து நின்று மெய்லி முருகனைப் பார்த்துச் சிரித்துக்கொண்டே கையசைத்தாள். அம்மா கையை இடதுகையால் பிடித்துக்கொண்டு ஆட்டிய அவளின் வலது கையில் அளவில் பெரிதாய் லொடலொடவென்று முன்னும் பின்னும் ஆடியது பச்சைப் பவழ வளையல்.

அக்கா

~

‘எவ்வளவோ ட்ரை பண்ணிட்டேன் மாமா. ஆனா, ஒங்க பொண்ணு கொஞ்சம்கூட தன்னை மாத்திக்க மாட்டேங்கறா. ஒரே பிடிவாதம்...’ நீண்ட நேரம் பேசியதன் முடிவுரையாக அப்பாவிடம் சொன்னார் அத்திம்பேர். இருவரும் எலியட்ஸ் பீச் வரை நடந்துவிட்டு வந்ததிலிருந்து, அப்பா ஏதோ அறியக்கூடாததை அறிந்துகொண்டதைப் போலவும், பதில் பேச என்ன இருக்கிறது என்பது போலவும் தன் மாப்பிள்ளை யின் முகத்தையே பார்த்துக் கொண்டிருந்தார். காலையில் கிளம்பும்போது இருந்த அப்பாவின் முகத்தை நினைவில் கொணர முயன்றேன், அவர் முகத்தையே பார்த்தபடி.

அவர்களது பேச்சின் தலையோ காலோ புரியாமல் தம்பியும் நானும் அங்கேயே ஹாலில் இருப்பதா இல்லை, நழுவி விடுவதா என்றறியாமல் உட்கார்ந்திருந்தோம். அம்மாவின் டிபனை மறுத்து விட்டு, ‘இதெல்லாம் இப்ப எங்கம்மாக்கு தெரியாம இருக்கணு மேன்றதுதான் என் ஒரே கவலை’ என்று சொல்லிவிட்டு கிளம்பினார் ஆதம்பாக்கத்திலிருந்த தன் வீட்டுக்கு.

அதற்குப் பிறகு, அடிக்கடி கண்ணைக் கசக்கிக்கொண்டு வந்தாள் அக்கா. மணமாகி, சில

மாதங்களாவது சகஜமாக இருந்தாளா என்பதுதான் சந்தேகம். ஒரு வருடம் முன்புதான், தெரிந்தவர்களிடமெல்லாம் கை மாற்றாகவும் கடனாகவும் வாங்கி ஒரே பெண் என்று சொல்லிக்கொண்டே கிட்டத்தட்ட தடபுடலாகச் செய்து வைத்த திருமணம்... நீடிக்குமா, பிளவுபடுமா என்ற நிலையில் இருந்தது. அம்மாவுக்கும் அப்பாவுக்கும் கவலை அரித்தது. அரசல் புரசலாக எனக்கு விஷயம்

தெரிய வந்தது. 'சைக்கியாடிரிஸ்ட்டு கிட்ட கூட்டிண்டு போவேங்கறார்...' என்று அதை ஒரு குற்றச்சாட்டாக அக்கா சொன்னாளே தவிர, உதவ நினைத்த அத்திம்பேரின் அக்கறையை உணர மறுத்தாள்.

சீக்கிரமே அக்காவின் மாமியாருக்கு விஷயம் தெரியத்தான் வந்தது. பிள்ளையின் வாய்க்குக் கட்டுப்பட்டு எங்கள் வீட்டிற்கு வந்து கலாட்டா செய்யாமலிருந்தார் அவர் என்று அம்மா சொல்லிக் கொண்டிருந்தாள். இவற்றின் நீட்சியாக அம்மாவுக்கும் அப்பாவுக்கு மிடையே அடிக்கடி சண்டை வந்தது. அம்மாவிற்கு ஏதும் சந்தேகம் வரவில்லையோ... இல்லை, நிச்சயம் வந்திருக்க வேண்டும். ஏன், வாயைத் திறந்து ஒரு வார்த்தை பேசவில்லை.

●

பதினொரு வருடங்களுக்கு முன்பு கௌஹாதியிலிருந்து ரிலீஃப் செய்யப்பட்டு சாமான்களையும் குடும்பத்தையும் அழைத்துக் கொண்டு சென்னை வந்த பிறகுதான் அப்பாவுக்குத் தெரிந்தது, அவர் அமர வேண்டிய இடத்திலிருந்த பொறியாளர் இன்னமும் ரிலீஃப் ஆகவில்லை என்று. வட மாநிலத்துக்குப் போக மாட்டேனென்று அடம் பிடித்துக்கொண்டு இரண்டு மாதம் லீவு போட்டுவிட்டுப் போயிருந்தார் அந்த மனிதர். சுந்தர் நகரிலிருந்து அப்பா மாங்கு மாங்கென்று தினமும் சாஸ்திரி பவன் போய் பார்க்கவேண்டியவர் களைப் பார்த்துப் பேசிவிட்டு வந்தார். அவரின் முயற்சிகளுக்கு ஒரு பலனுமில்லாமலேயே போனது மூன்று வாரங்களுக்கு மேல்.

சித்தப்பா வீட்டில் நாங்கள் நால்வரும் சௌகரியமாதான் இருப்போம் என்று ஒரு நம்பிக்கை காலையில் போய் இரவில் வீடு திரும்பும் அப்பாவுக்கு. தன்னைப் போலதான் தன் தம்பியும் இருப்பான் என்ற ஒரு பெரும் போக்கான எண்ணம். 'கிச்சனுக்கு போகாதபடி பூட்டிட்டுப் போயிடறா. இதுகளுக்கு ரெண்டாம் தரத்துக்கு ஒரு உப்புமாவாவது கிளறிக் கொடுக்கணும்னாலும் வழியில்ல. ராத்திரி வரைக்கும் பசியோடயே இருக்குகள். வர போது பண்ணிண்டு வந்த பட்ஷணமெல்லாத்தையும் அந்தாத்துக்குக் கொண்டுபோயிட்டா போல்ருக்கு...' என்று எப்போதாவது தப்பித் தவறி அம்மா ஏதும் சொன்னாலும், 'இங்க பாரும்மா வேற வழியில்ல, அட்ஜஸ்ட் பண்ணிக்கோ. வாழப் பழமோ, பிஸ்கட்டோ வாங்கிக் குடு. இதையெல்லாம் பெரிசுபடுத்தாத. எனக்கே ஆயிரம் கவல. இன்னும் ரெண்டு மாசச் சம்பளமும் கிடைக்காது போலதான் இருக்கு. அப்பறம் தான் சேர்த்து தருவான்னு நெனக்கறேன். அதுக்கப்புறமாதான் சுப்புணிக்கே இப்ப அவன் நமக்கு பண்ற செலவுக்கு கொடுக்கும்

படியிருக்கும். நம்மால பாவம் அவனுக்குதான் கஷ்டம். எதானாலும் நீ தாரா கிட்ட கேளேன்...' என்று தன் தம்பியைப் பற்றிய கவலையும், தம்பி மனைவிமேல் கொண்டிருந்த அசைக்க முடியாத நம்பிக்கையும் சேர்த்து வார்த்தைகளாய்ப் பேசினார்.

●

ஒரு நாள், 'எல்லாரும் சாப்ட ஒக்காந்துண்டாச்சா...' குளித்துவிட்டு இடுப்பில் கட்டிக்கொண்ட துண்டோடும் பெரிய மனிதத் தோரணை யோடும் சாப்பாட்டறை வாசலில் நிலையில் தன் இரு கைகளை ஊன்றிக்கொண்டு நின்று கேட்டான் அஜய்.

அதைக் கேட்டதும் அம்மாவின் முகத்திலும் அக்காவின் முகத்திலும் தெரிந்த வாட்டம் சில நிமிடங்களுக்குள் ஓராயிரம் வார்த்தைகளைப் பேசின. அம்மா கொஞ்ச நேரத்திலேயே சமாளித்துக்கொண்டு, 'வாடா கண்ணா, உனக்கும் சாதம் போடறேன்' என்றாள். 'இல்ல பெரீம்மா, எனக்கு இப்ப பசிக்கல. நா டிஃபன்ஸ் காலனிக்கு போயி சாப்டுக்கறேன்' என்று சொல்லிவிட்டான். எப்படிப் பசிக்கும்? காலையில் ஆபீஸுக்கு கிளம்பு முன்பே அரைப்படி பாலில் நாலைந்து ஸ்பூன் பூஸ்டைப் போட்டுக் கலக்கிக் குடிக்க வைத்திருப்பாள் சித்தி. தீபா எழுந்ததுமே குடிக்கவென்று ஃப்ளாஸ்கில் ஊற்றி வைத்துவிட்டும் போயிருந்தாள்.

தெரிந்தோ தெரியாமலோ பல சமயங்களில் தன் ஒன்பது வயதிற்கு அதிகமாகதான் பேசிவிடுவான் அஜய். தன் அம்மாவும் அப்பாவும் எங்களிடம் பேசும் தொனியை உள் வாங்கிக்கொண்டு, அவர்களில்லாத நேரங்களில் மிக இயல்பாகவே வெளிப்படுத்தினான். அப்போது அவன் என்னை விட ஒரே வயது இளையவன். என் தம்பியை விட ஒன்றரை வயது மூத்தவனாக இருக்கலாம். அவனின் தங்கை தீபா என் தம்பியை விட ஒரு சில மாதங்களே இளையவள் .

அம்மா கமகமவென்று சமைத்திருந்த அன்றைய வெங்காய சாம்பாரைப் பாதிக்கு மேல் தூக்கில் கொட்டி, ஆபீஸுக்குப் போகும் வழியில் தன் பிறந்த வீட்டுக்குக் கொண்டுபோய் விட்டிருந்தாள் சித்தி, இரண்டு வாரங்களாக செய்து வந்ததைப் போலவே. இரண்டு நாட்களுக்கு ஒரு முறை,' எங்க அஜய்க்கு அரைச்சுவிட்ட முள்ளங்கி சாம்பார்னா உயிர். நீங்க சூப்பரா பண்ணுவேளே மன்னி...' என்று தனக்குத் தோன்றியதையெல்லாம் சமைக்கச் சொன்னாள். மொத்தத்தில் வேலை வாங்க நன்றாகவே தெரிந்தது. நாங்கள் வந்த அன்று மட்டும் அரைத் தம்ளர் பால் குடித்ததாய் நினைவு. அடுத்த இரண்டே நாளில் வேலைக்காரி நிறுத்தப்பட்டாள். அதான்

வீட்டுவேலைகள் எல்லாவற்றையும் செய்ய அம்மாவும் அக்காவும் இருந்தார்களே.

●

மூட்டை கட்டி லாரியில் ஏற்றிவிடப்பட்டிருந்த வீட்டுச் சாமான்கள் எல்லாம் வந்தால் என்ன செய்யவென்ற கவலை ஒருபுறமும், மூன்று குழந்தைகளின் படிப்பு தடைபடுமா, இல்லை ஏதாவது ஒரு பள்ளிக்கூடத்தில் தற்காலிகமாக இடம் கிடைக்குமா என்ற கவலை மறுபுறமுமாக அப்போதெல்லாம் அப்பாவின் முகத்தைப் பார்க்கவே முடியவில்லை.

அவ்வப்போது பேருந்து இலக்கங்களைக் கேட்டறிந்துகொண்டு அக்கா மட்டுமோ, அக்காவோடு நானுமோ சேர்ந்து, அப்பாவுக்கு குவாட்டர்ஸ் பெசன்ட் நகரில் கிடைக்கப் போகிறதா, இல்லை கேகே நகரிலா என்றே தெரியாததால், இரண்டு இடங்களிலும் சுற்று வட்டாரத்தில் உள்ள பள்ளிகளுக்கெல்லாம் சென்று வந்தோம். வகுப்புகள் மூன்று, ஐந்து மற்றும் எட்டில் இடம் வேண்டியிருந்தது.

இதற்கிடையில் லாரியில் சாமான்கள் வருவதற்கு ஒரு வாரத்திற்கு முன்பு, தனக்கு ஒதுக்கப்பட்ட குவாட்டர்ஸை, ஆபீஸுக்கு அருகில் தானிருந்த வாடகை வீட்டிலிருந்து மாற விருப்பமில்லாத ஓர் அதிகாரி அப்பாவை எடுத்துக்கொள்ளச் சொன்னார். அது பெசன்ட் நகர் பேருந்து நிறுத்தத்திற்கு அருகில் இருந்தது. அப்பாவுக்கு சின்ன ஒரு நிம்மதி.

அங்கே போய்ப் பார்த்த பின்னர்தான் தெரிந்தது, வீடு வசிக்கும் தரத்தை இழந்து பல வருடங்களாகிவிட்டிருந்தது. அதிலும் சமையலறையில் என்னதான் செய்தார்களோ, அப்படியொரு ஆபாசமான அழுக்கும், கரியும். அக்காவும் அம்மாவும் மாறி மாறி பலமுறை சோப்பைப் போட்டுத் தேய்த்துக் கழுவிக் களைத்தார்கள். அப்பாவும் நானும் இடையிடையே உதவிக் கரம் நீட்டினோம். ஆனால், மேடையும் தரையும் அதன் சுயரூபத்தை அடையவே இல்லை.

மாலையில் ஸ்கூட்டரில் வந்த சித்தப்பாவும் சித்தியும் மேற்பார்வையிடும் தோரணையோடு, 'என்ன கிளீனிங் எல்லாம் எந்த மட்டுல இருக்கு?' என்று கேட்டனர். 'நேத்திக்கி பார்த்ததுக்கு இன்னிக்கி க்ளீனாயிடுத்து இல்ல தாரா?' என்று அம்மா கேட்டதற்கு சித்தி, 'எங்களோட ஸ்டாண்டர்டுக்குன்னா இல்லன்னுதான் சொல்லணும். ஒங்களுக்கென்ன மன்னி, அட்ஜஸ்ட் பண்ணிப்பேள்...' என்றாள்,

தன்னை உயர்த்தி அம்மாவைத் தாழ்த்தக் கிடைத்த அரிய வாய்ப்பை நழுவ விடாமல்.

சித்தப்பா சித்தியை எங்களுக்கு உதவச் சொன்னதும், 'ம், அதுக்கென்ன, புடைவை ட்ரை க்ளீனிங் பில்ல மட்டும் ஒங்களுக்கு அனுப்பிடறேன் அண்ணா...' என்று ஜோக்கடித்து தன் அந்தஸ்தை மேலும் உறுதியாக நிலை நாட்டினாள்.

●

ஹாலில் ஒரு ஃபேன் ரிப்பேர். ஆகவே, சித்தப்பா மிகவும் அன்பாக, 'அஜயும் தீபாவும் அந்தாத்துலயே படுத்துண்டுட்டா. பத்மினி, நீ வேணா இங்க வாயேன்...' என்று அக்காவைக் கூப்பிட்டவுடன் போய்ப் படுத்துக் கொண்டாள் அக்கா. கட்டிலிலிருந்து விழுந்துவிடுவாள் என்று அம்மா சொன்னதற்கு, ' அதுக்கென்ன மன்னி, ரெண்டு பேருக்கும் நடுவுல படுத்துக்கட்டும்' என்று சொன்னார் பெரியப்பா.

நடு ராத்திரியில், அக்கா ஹாலுக்கு ஓடி வந்து, ஆழ்ந்து தூங்கிக் கொண்டிருந்த அம்மாவின் தோளைப் பிடித்து உலுக்கினாள். என்னடி என்றபடி சலித்துக்கொண்டே எழுந்த அம்மாவிடம், 'அம்மா... பயமா இருக்கும்மா...' என்றாள். 'என்னடி பயம்? பாத்ரூம் போணுமா? வரட்டா?' என்று கேட்டாள்.

புரண்டு புரண்டு படுத்து, தூக்கத்தை வலுவில் வரவழைக்கும் முயற்சியில் இருட்டுக்குப் பழகிவிட்டிருந்த என் கண்களுக்கு அக்காவின் தவிப்பும் உணர்ச்சிப் பெருக்கும் தெள்ளெனத் தெரிந்தது. நான் முழித்துக்கொண்டு விட்டிருந்தேன் என்று இருவருக்கும் தெரிந்திருக்கவில்லை.

'இல்லம்மா, யாரோ மாரைப் போட்டு மாவு பிசையற மாதிரி பிசஞ்சாப்ல இருந்துது. யோசிச்சுண்டே, திரும்பிப் படுத்துண்டு தூங்கிட்டேம்மா. மொதல்ல, ஒண்ணும் புரியல. மறுபடியும் அதே மாதிரி வலிச்சுது. சட்டுன்னு முழிப்பு வந்துடுத்து. டக்குன்னு அந்தக் கையப் பிடிச்சேன். சொரசொரன்னு சித்தப்பாவோட கை. எனக்கு தூக்கி வாரிப் போட்டுது. இருட்டுல சித்தப்பா கண்ணுல பளீர்னு மின்னலா ஒரு பயம். எங்கைய உதறிட்டு செவுத்தப் பார்த்து திரும்பிப் படுத்துண்டுட்டா. நா எறங்கி இங்க ஓடி வந்துட்டேன்...' அக்கா விசும்பிக்கொண்டே அம்மாவிடம் சொல்லிக் கொண்டிருந்தாள்.

அந்த வயதுக்குப் புரியக்கூடிய அளவே புரிந்த எனக்கு, அக்காவின் மீது பரிதாபம் மட்டுமே பிறந்தது. கட்டிலின் மறுபுறம் படுத்திருந்த

சித்திக்கு நடந்தது தெரியாமல் போனது பெரும் புதிர்தான். ஆழ்ந்த உறக்கம் போலும்.

'என்ன வக்ரம், என்ன தைரியம்... அண்ணன் மகள், தன் மகள் என்று உலகத்துல எல்லாரும் நம்பறதால, வெளியில சொன்னா, யாரும் நம்புவாளா? அந்த தைரியம்தானோ... தனக்கும் ஒரு பொண் இருக்கறதே மறந்து போச்சோ...' என்றெல்லாம் ஏதேதோ படபடவென்று பொரிந்து கொட்டிய அம்மா இறுதியில், சற்று தள்ளிப் படுத்துக்கொண்டு அயர்ந்து உறங்கிக் கொண்டிருந்த அப்பாவைப் பார்த்தபடி, 'இத யார் கிட்டயும் சொல்லாதடி. அப்பாவுக்கு தெரிஞ்சா ரொம்ப வருத்தப்படுவா...' என்றபோதுதான் நான் துணுக்குற்றேன். அந்த வயதிலேயே அம்மாவின் செயலில் இருந்த முட்டாள்தனம் புரிந்தது. அக்காவின் அண்ணனாகப் பிறக்காமல் போனேனே என்று முதல் முறையாகத் தோன்றியது.

அடுத்த நாளே அம்மா பிடிவாதமாக பெசன்ட் நகர் குவாட்டர்ஸுக்குக் கிளம்பிவிட்டாள். அன்று முதல் அம்மாவைத் தவிர குடும்பத்தின் மற்ற மூவரிடமும் முன்போல நெருங்கிப் பழகுவதை நிறுத்திவிட்டாள். வீடுமாறிப் போனதிலிருந்து சித்தப்பா குடும்பத்தினர் யாரும் வருவதில்லை.

●

வருடங்கள் உருண்டன. அக்கா தனக்கு நடந்ததை மறந்திருப்பாள் என்று நினைத்திருந்த அம்மாவுக்கு அக்காவினுள் ஆழமாய் ஏற்படுத்தியிருந்த சிறு வயது நிகழ்ச்சியின் பாதிப்பு நீங்கியிருக்க வில்லை என்ற உண்மை ஏற்றுக்கொள்ளும்படி இருக்கவில்லை என்றே தோன்றியது. கவலை அவளை ஒரு நோயாளியாக்கியது. எல்லோரும் முயன்ற போதிலும் அவளின் திருமணம் விவாகரத்தில் தான் முடிந்தது. அப்பா போய்ச் சேர்ந்தார் அந்தக் கவலையிலேயே.

துக்கம் கேட்க வந்த சித்தப்பாவும், தன் பங்குக்கு எல்லோருடனும் சேர்ந்து அப்பாவின் இறப்புக்கு அக்காவைக் காரணம் காட்டிப் பேசிவிட்டுப் போனார். அப்போதுகூட ஏன் அம்மாவால் முகத்துக்கே நேராகக் கேட்க முடியவில்லை என்றுதான் எனக்குக் கடைசி வரை விளங்கவேயில்லை. தன் பிரச்சனையை உளவியல் கண்ணோட்டத் தோடு பார்க்க மாட்டேனென்று அக்கா ஏன் பிடிவாதமாக இருந்தாளோ என்று சற்று எரிச்சலாகவும் இருந்தது.

அம்மாவின் மேல் கோபமாய் வந்தது. எல்லாப் பெண்களும் இப்படி தானா... இல்லை, அம்மா மட்டும் இப்படியா? குட்டக் குட்டக் குனிந்து பழகி, குட்டாமலே குனிந்து, பிறகு நிமிரத் தெரியாமல்

போன அடிமைத்தனம் எல்லாப் பெண்களின் மரபணுக்களிலும் பச்சென்று படிந்திருந்ததுதான் காரணமோ... திணிக்கப் பட்டதை அப்படியே ஏற்று ஏற்று மரத்துப்போன போக்கோ... அக்கா மற்றும் அம்மாவின் அந்தரங்கத்தை மதித்து சித்தப்பாவிடம் பட்டென்று உடைத்துக் கேட்டுவிடத் துடித்த என் நாவைக் கட்டுப்படுத்திக் கொண்டது சரிதானா?

வங்கித் தேர்வுகளையெல்லாம் எழுதித் தேறினாள் அக்கா. சொகுசாய் காரில் வேலைக்குப் போய் வந்தாள் வங்கி அதிகாரியாக.

அக்காவின் முகத்தில் ஒரு தெளிவு இருந்தாற் போலிருந்தது. ஓரிரு வருடங்களில் பல முறை அம்மா கல்யாணப் பேச்சை எடுத்து விட்டாள். பிடி கொடுக்காமலே இருந்த அக்கா ஒரு நாள் தாங்க முடியாத எரிச்சலிலும் கோபத்திலும் 'யாரும் என்ன தொடக் கூடாதும்மா. அப்படி யாராவது இருந்தா பாரு... உனக்காக பண்ணிக்கறேன்' என்று அம்மா முகத்தைப் பார்த்துக் கத்தினாள். அறையில் இருந்த எங்களிருவரையும் திரும்பிப் பார்த்த அவள் கண்களில் கண்ணீர் நிறைந்துவிட்டிருந்தது.

மழலைச்சொல் கேளாதவர்

~

தொடக்கக் கல்லூரியின் முதலாம் ஆண்டை நிறைவு செய்திருந்தாள் அனிதா. சில நல்லுள்ளங்களின் பொருளுதவியால்தான் அவளுக்கு அது சாத்தியமாகியிருந்தது. குடும்பத்திலேயே அவள்தான் கல்வியில் அதிக ஈடுபாடு கொண்டிருந்தாள். ஆகவே, கைக்கும் வாய்க்குமாக திண்டாடிக் கொண்டிருந்த குடும்பத்தை உயர்த்த அம்மா அவளைதான் மலையாக நம்பியிருந்தாள். சில மாதங்களுக்கு முன்பு ஆண்டிறுதித் தேர்வுகள் முடிந்ததைக் கொண்டாட 'பாஸிர் ரிஸ்' சென்றிருந்தனர் கும்பலாக. பதினொரு மணிக்குள் வந்து விடுவதாகதான் அம்மாவிடம் அனுமதி பெற்றிருந்தாள். ஆனால், ஆட்டம் பாட்டம் என்று முடிந்த பிறகு நள்ளிரவு தாண்டிதான் அனிதா வீடு திரும்பினாள்.

அன்று நடந்தது அவளின் நினைவில் மங்கலாகதான் இருந்தது. நடக்கக் கூடாதது நடந்துவிட்டிருந்தது என்பதை மட்டும் அவள் புரிந்துகொண்டாள். 'கோக்' என்று அவள் அருந்தியதில் மதுவைக் கலந்து கொடுத்தது கூட்டத்தில் இருந்த மூன்று பையன்களில் யார் என்றுகூட தெரியவில்லை. தனக்கு மட்டும்தான் நடந்ததா உடன் வந்த பெண்களுக்கும் அவள் கதிதானா என்றும் அறியாது குழம்பினாள். கூட்டாளிகள் என்று சொல்லிக்கொண்ட அந்தக் கும்பலைத் தவிர்க்க ஆரம்பித்தாள்.

கர்ப்பம் என்ற சிக்கல் வருமென்று அனிதா கொஞ்சமும் எதிர்பார்க்காததால், அம்மாவின் கோபத்துக்கு பயந்து நடந்ததை மறைத்திருந்தாள். ஆனால், அவளின் மாதவிடாய் இரண்டு மாதங்களாக வரவில்லை என்றபோதுதான் வேறு வழியின்றி

அம்மாவிடம் சொன்னாள். ஒரே ஒரு முறை நடந்த விபத்தில் கூட கருத்தரிக்குமா என்ற சந்தேகமும் ஆச்சரியமும் ஏற்பட்டது அவளுக்கு.

கோபத்தில் அம்மா கத்திய கத்தல் அக்கம்பக்கத்தில் வசித்தவர்களைப் பெரிதாக பாதித்துவிடவில்லை. அப்பாவோடு அடிக்கடி அம்மா சண்டை போட்டிருந்ததால், அவர்களுக்குப் பழகிப் போயிருந்தது. அவளை அடித்து, காலால் உதைத்து நாற்காலியைத் தூக்கி அவள் மேல் போட்டு அம்மா தன் ஆத்திரத்தைத் தீர்த்துக்கொள்ள முயன்றாள். சினம் கொஞ்சம் தணிந்ததும், 'யாருன்னு தெரிஞ்சா மட்டும் என்னடி செய்யமுடியும்?' என்று சலித்துக்கொண்டே சொல்லிவிட்டுத் தலையில் கையை வைத்துக்கொண்டு உட்கார்ந்து விட்டாள். மகளின் எதிர்காலம் குறித்த கவலையில் ஏதேதோ புலம்பினாள்.

அப்போதிலிருந்து அனிதாவுக்கு வீடு நரகமானது. அம்மா வீட்டிலிருந்தால், அவள் வெளியே பள்ளி வளாகம், நூலகம் என்று எங்காவது போய்விடுவாள். உடன்பிறந்தவர்களின் பார்வைக் கணைகளைப் பொறுத்துக் கொண்டு அவள் வீட்டில் இருந்தது சொற்ப நேரமே. வீட்டினுள் நிலவிய அழுத்தம் அவளால் தாங்கக் கூடியதாக இருக்கவில்லை. அம்மா உதைத்த உதையிலாவது வயிற்றில் இருந்த அந்தப் பிண்டம் கரைந்து தொலைந்திருக்கலாம். ஆனால், அது பத்திரமாய் அவளுள் உறைந்து வளர ஆரம்பித்துவிட்டது.

வாய்க்குச் சுவையேயில்லை. பசிக்கு ஏதும் கொஞ்சம் சாப்பிட்டால், அடுத்த சில நிமிடங்களிலேயே கொடக்கென்று வாந்தியாக வெளியேறியது. உடலில் ஏற்பட்டுக் கொண்டிருந்த மாற்றங்கள் மட்டுமில்லாமல் மனதில் ஏற்பட்டிருந்த குழப்பங்கள் அதுவரை அனிதாவின் பதினேழு வயது வாழ்க்கையில் அவள் அனுபவித்திராதது. உறக்கம் வந்தது. இருப்பினும், குழப்பத்துடன் கவலையும் பதற்றமும் சேர்ந்து வந்து அழுத்தியதால், அவளால் இரவுகளில் கூட ஆழ்ந்து தூங்க முடியவேயில்லை.

தன்னை மறந்து ஐந்து நிமிடங்கள் மயக்கத்தில் இருந்தால், ஆறாவது நிமிடம் திடுக்கிட்டு எழுந்துவிடுவாள். இனம் புரியாத ஓர் தவிப்பு. கருவென்ற பெயரில் வயிற்றில் இருந்தது மட்டும் வேண்டாம் என்று தோன்றிக் கொண்டேயிருந்தது. அப்படித் தோன்றிய ஒவ்வொரு நொடியும் அதன் மீது அவளுக்கு இருந்த வெறுப்பு அதிகரித்தபடியே இருந்தது.

அடுத்த நாளே மருத்துவமனைக்குக் கூட்டிக்கொண்டு போனார்கள் தொண்டூழியையான செல்வி. மார்கரட்டும் அம்மாவும். கரு உருவாகி

பத்து வாரத்திற்கு மேலாகிவிட்டது. ஆகவே, கருக்கலைப்பு செய்யக் கூடாது. அப்படியே முயற்சித்தாலும் அது அனிதாவின் உயிருக்கே ஆபத்தாகிவிடும் என்று மருத்துவர் சொன்னதும், அம்மாவுக்கு அதுவரை இருந்த கோபமும் ஆத்திரமும் பன்மடங்காகப் பெருகியது.

மருத்துவமனையிலேயே, பொது இடமென்றும் பாராமல், கத்தத் துவங்கிய அம்மாவை மார்கரட், 'ரிலாக்ஸ்லா மிஸிஸ் கணேசன். வீட்டுக்கு போய் பேசிக்குவோமே...' என்று சொல்லித் தடுத்தார். அவரில்லாமல் போயிருந்தால், அம்மா சூழ்நிலையையும் மறந்து அங்கே கத்தி ஆர்ப்பாட்டம் செய்து, அனிதாவை அடிப்பது வரை போயிருப்பாள்.

அம்மாவின் சுட்டெரிக்கும் பார்வையைத் தவிர்க்க விரைவு ரயிலில் பயணிக்கும்போது ஜன்னல் வழியாகப் பார்த்துக்கொண்டு உட்கார்ந்திருந்தாள். அம்மாவைப் பார்க்கும் போதெல்லாம் குற்றவுணர்வு நமநமவென்று அவளுள் அரித்தது.

'மிஸிஸ் கணேசன், பேப்பர்ல படிச்சீங்கல்ல, ஒரு பதின்மவயதுப் பெண் இறந்தே பிறந்த தன் குழந்தைய வீட்டு சன்னல் வழியா வீசியெறிஞ்சத... இப்ப நமக்கு அனிதாதான் முக்கியம். அவ ஏதும் தப்பான முடிவெடுத்துட்டா, போன உயிர் அம்மான்னாலும் வராது அப்பான்னாலும் வராது. அந்தப் பையன்கள்ள எவன்னு அனிதாவுக்கு தெரியாமப் போச்சே... நமக்கு சட்டத்தோட உதவியையும் நாட முடியாம இல்ல இருக்கு...' என்று மார்கரட் குசுகுசுவென்று அம்மாவிடம் சொல்லிக் கொண்டிருந்தது அனிதாவின் காதுகளில் விழவே செய்தது.

●

வெள்ளியன்று மார்கரட் முன்தினமே தொலைபேசியில் அம்மாவிடம் சொல்லியிருந்தபடி வந்திருந்தார். அம்மா வேலைக்குக் கிளம்பிக் கொண்டிருந்த நேரம். கொஞ்ச நேரம் பேசிவிட்டு அம்மா போய் விட்டாள். அனிதாவிடம் அம்மா பேசி பத்து நாட்களிருக்கும். இருவருக்குள்ளும் நடந்து வந்த மனப் போராட்டம் எதிலும் மனதைச் செலுத்த விடவில்லை.

மணமாகி, இருபது வருடங்களாகப் போகிறதாம். ஆரம்ப காலத்தில் 'க்ளோமிட்' எடுத்துப் பார்த்தார்களாம். பலனில்லை. பிறகு இரண்டு வருடங்களுக்கு தினமும் காலையில் மீனாள் தனக்குத் தானே சர்க்கரை நோயாளிகளைப்போல ஊசி குத்திக் கொள்வாராம், முட்டை உற்பத்தி பெருக. அதற்கெல்லாமும் கருத்தரிக்கவில்லை மீனாள். அப்போதுதான், செயற்கைக் கருத்தரிப்பு வழிகளையும்

கையாண்டு பார்த்திருக்கிறார்கள் ஆயிரக்கணக்கில் பல முறை செலவு செய்து. ஒரு வழியும் பலனளிக்காமல் போகவே கடந்த சில வருடங்களாக ஒரு குழந்தையைத் தத்தெடுக்கும் யோசனை வந்திருக்கிறது. அவர்களின் உடல், மனப் போராட்டங்களைச் சொல்லச் சொல்ல அனிதாவுக்கு அவர்கள் மேல்தான் பாசம் ஏற்பட்டது.

ராஜனுக்கும் மீனாளுக்கும் மார்ஸிலிங்கில் இருந்த அவர்களது ஓரறை வீட்டைக் கண்டுபிடிக்கக் கொஞ்சம் கஷ்டமாகி விட்டதாம். அதை பிரஸ்தாபித்துக்கொண்டே உள்ளே நுழைந்தவர்கள் அனிதா வீடு பிரதிபலித்த ஏழ்மையைக் கண்டு ஒரு கணம் திடுக்கிட்டுப் பின் வாங்கினாற்போலிருந்தது. அனிதாவைப் பார்த்ததுமே இருவர் முகத்திலும் திருப்தி படர்ந்தது.

துருதுருவென்று துடைத்து விட்டாற்போல பளிச்சென்றிருந்த அனிதாவைப் பிடித்துப்போனது இருவருக்கும். அவள் கொடுக்கும் பிள்ளை ஆரோக்கியமாக இருக்கும் என்ற நம்பிக்கையும் அவர் களுக்குள் வந்துவிட்டிருந்தது அவர்கள் முகங்களிலேயே தெரிந்தது. கடையிலிருந்து வாங்கிக்கொண்டு வந்திருந்த ஏராளமான பழங்களையும் தின்பண்டங்களையும் அனிதாவின் கையில் கொடுத்தனர்.

'மீனா, இந்தப் பொண்ணே ஒரு சின்னப் பிள்ளை மாதிரி இருக்கே... இதுக்கு ஒரு பிள்ளையா? நம்பற மாதிரியா இருக்கு?' என்றார் உரக்கவே. மார்கரட்டும் மீனாவும் ஆமோதித்துச் சிரித்தனர்.

தேசிய சேவையில் இருந்த அண்ணன் குமார் அன்றிரவுதான் வாரயிறுதிக்கு வீட்டுக்கு வர வேண்டும். அவனுக்கும் அப்பாவுக்கும் விஷயம் தெரியாமல் மறைக்கப்பட்டது. வயிறு தெரிய ஆரம்பிக்கும் போது என்ன செய்வது என்ற கவலைதான் அம்மாவுக்கு. மனவளர்ச்சி குன்றிய கடைக்குட்டியான தம்பி ரகுவின் நிலையை தம்பதியர் பார்த்துவிடக் கூடாது என்று கீழ்த்தளத்தில் இருந்த உறவினர் வீட்டில் கொஞ்ச நேரத்திற்கு விட்டு வைத்திருந்தார்கள்.

வேலை தேடிக்கொண்டு வீட்டிலிருந்தபடியே தெரிந்தவர்கள் கொடுத்த தையல் வேலை செய்து சம்பாதித்து வந்த இரண்டாவது அக்கா புனிதா தான் அனிதாவோடு கூடவே இருந்து வந்திருந்தவர் களோடு பேசினாள். அவர்கள் பேசிக் கொண்டிருந்தபோதே மணமாகி ஒரு குழந்தையோடு ஜோஹோரிலிருந்த மூத்த அக்கா, 'என்ன முடிவாச்சு?' என்று கேட்டறிய பதற்றத்துடன் ஃபோன் போட்டுவிட்டாள்.

அம்மா வேலைக்குக் கிளம்பிப் போகும்போது, மார்கரட், 'அம்மா... நீங்களும் இருக்கலாமில்ல. இன்னிக்கி வேலைக்கி போய்தான் ஆகணுமா?' என்று கேட்டபடி எழுந்து வாசலுக்குப் போனார். 'மார்கரட், உங்களுக்கென்ன சொல்லிடுவீங்க. ஒரு நாள் வேலைக்கி போகலன்னாலும் வேலயே போயிடும். சீனன் எம்மேல பாவப்பட்டுகிட்டு நிப்பாட்டாம இருக்கான். போன வாரம் ஒரே காச்சல். ஆனாலும், ஒரு மாத்தரைய போட்டுகிட்டு பாத்திரம் கழுவ சாப்பாட்டுக் கடைக்கி போயிட்டேனே...' என்று அம்மா வந்தவர் களுக்குக் கேட்காதவாறு சொன்னாள். 'என்ன உங்க வீட்டுக்காரருக்கு இப்ப வேல இருக்குல்ல... நீங்க ஏன் இவ்வளவு சிரமப்படணும்?' என்று மார்கரட் கேட்டது கொஞ்சம் உரக்கவே ஒலித்தது.

'எங்கலா? ஒரு வேலைல நெலச்சிருந்தாதானே? நீங்க சொல்லிதானே அஞ்சாம் மாசம் செக்யூரிட்டி வேல கெடச்சது. என்னா செஞ்சாரு? குடிச்சுட்டு வேலைக்கி போனா, சீனன் தொரத்திட்டான். அந்தாளு சம்பாதிக்கறது அதுக்கு குடிக்கவே பத்தல. வீட்டுக்கு வந்தா சண்டதான். வரவே வேணாம்னு சொல்லிட்டேன். அதையெல்லாம் விடுங்க. இப்ப இந்தப் பிள்ள செஞ்சி வச்சிருக்கற கொழப்பத்துக்கு நீங்களே பேசி ஒரு முடிவு செஞ்சிடுங்கலா. உங்களுக்கு தெரியாததா? நா வரேன் நேரமாச்சு...' என்று வேறு அம்மா சொல்லிக்கொண்டே போய்விட்டாள்.

பல மாதங்களாக நடையாய் நடந்து அம்மாவுக்கும் அப்பாவுக்கும் தான் செய்த அறிவுரைகள் ஒரு பலனும் அளிக்காது போனதில் மார்கரட்டுக்கு ஏற்பட்ட ஏமாற்றம் முகத்தில் பூசியிருந்தது.

'மிஸஸ். ராஜன், வாட் டு யு ஃபீல்?' என்று மார்கரட் கேட்டபோது, மீனாள் ராஜன் முகத்தைப் பார்த்தார். இருவருமாக இரண்டு நாட்களிலேயே சொல்வதாகச் சொல்லிவிட்டு விடைபெற்றுக் கொண்டு கிளம்பிச் சென்றனர்.

சொன்ன மாதிரியே மார்கரட்டிடம் சம்மதம் சொல்லி அனுப்பி விட்டனர். அடுத்த வாரத்தில் அனிதாவிற்கு ஏகப் பட்ட பானங்களும் தின்பண்டங்களும் வாங்கிக் கொண்டுவந்து பார்த்தனர். வீட்டில் மற்றவர்களும் தின்றது போக அனிதாவிற்கு, அதிலும் முக்கியமாக அவளுள் வளர்ந்த 'அவர்களுடைய குழந்தைக்கு வேண்டுமே' என்ற கரிசனம் பொருட்களின் அளவுகளில் தெரிந்தது. அப்போதுதான் பிரசவத்திற்குப் பிறகும் அனிதா தொடர்ந்து படிக்க வேண்டும் என்றும் தாங்களே படிக்க வைப்பதாயும் சொல்லிவிட்டுப் போனார்கள்.

தினமும் மீனாள் ஒரு முறை காலையில் தொலைபேசுவதை வழக்கமாக்கிக் கொண்டிருந்தார். அடிக்கடி வந்தும் பார்த்தார்கள். இவர்களுக்கென்று ஒரு குழந்தை பிறந்திருந்தால் அதுவும் பதின் பருவத்தில் இருந்திருக்கும். மிகவும் அன்பான அம்மாவும் அப்பாவும் அதற்கு அமைந்திருக்கும் என்றெல்லாம் பலவாறாக நினைத்துக் கொண்டாள் அனிதா. அன்பாக இருந்த ராஜனையும் மீனாளையும் அனிதாவுக்கு மிகவும் பிடித்துப் போனது. வசதியில்லாதவர்களுக்கு குழந்தைச் செல்வத்தை வாரி வழங்கிவிடும் இயற்கை ஏன் இந்தத் தம்பதிக்கு ஒன்றுகூட கொடுக்காமல் ஏமாற்றியது என்று பலமுறை நினைத்துக்கொண்டாள்.

●

அந்த வாரயிறுதியில் அனிதாவை தங்கள் காடியிலேயே கூட்டிக் கொண்டு போனார்கள். வீட்டைச் சுற்றிக் காட்டினார்கள். அனிதா வாய் பிளந்து பார்த்துக் கொண்டிருந்தாள். குழந்தைக்கென்று தயாரித்திருந்த அறைக்குள் போனார்கள். இளஞ்சிவப்பில் அறைக்குப் புதிதாக வண்ணம் பூசப்பட்டிருந்தது. சாயத்தின் வாசனை இன்னமும் அறைக் காற்றில் இருந்ததால், நாசியில் வந்து மோதியது. எப்போதும் அத்தகைய வாசனைகளை வெறுக்கும் அவளுக்கு அந்த சில மாதங்களாகத்தான் பிடிக்கிறது.

முன்பு பிடித்தவை எல்லாம் இப்போதெல்லாம் பிடிக்காமல் போன புதுமையில் பதினேழே வயது நிரம்பிய அவளின் குழந்தைமை குதூகலித்தது. நீண்ட மூச்சு விட்டு இழுத்துக்கொண்டாள். வெட்கத்துடன் அருகில் நின்றிருந்த இருவரையும் பார்த்துக் கொண்டாள்.

நகர்ந்து சென்று அறையில் ஒரு கோடியில் இருந்த தொட்டிலைப் பார்த்துக் கொண்டிருந்தவளிடம், மீனாள் 'அனிதா, அந்த கபோர்ட்ல பார்த்தியா, கொஞ்சம் பொம்மை கூட வாங்கி வச்சிருக்கோம்...' என்று கூறிக்கொண்டே பேழையைத் திறந்து காட்டினார். உள்ளே நிறைய பொம்மைகள், குழந்தைக்கான சட்டைகள் மற்றும் பொருட்கள். எல்லாமே புத்தம் புதியவை. சிலவற்றை மட்டும் கையில் எடுத்துப் பார்த்தாள் அனிதா. கிலுகிலுப்பை ஒன்று இருந்தது பல வண்ணத்தில். ஆர்வமாய் எடுத்து ஆட்டிப் பார்த்தாள்.

'சரி, ஆன்ட்டி நேரமாச்சு. இன்னொரு நாளைக்கி வரேன்' என்று கிளம்பிவிட்டாள். 'நானே ட்ராப் பண்ணுவேன். எனக்கு அவசரமா தம்பனீஸ் போகணும். நீ டாக்ஸில வேணா போயேன் அனிதா...' என்ற ராஜனிடம், 'இல்ல அங்கிள் நான் எம் ஆர் டீ லயே போயிடுவேன்' என்று சொல்லிக்கொண்டே சப்பாத்தை அணிந்து கொண்டாள். மீனாள் அவளோடு மின்தூக்கி வரை வந்து விட்டார்.

கையாட்டிக் கொண்டே, 'பாத்துப்போ அனிதா. நேரா வீட்டுக்கே போ. கவனம்...' என்று கூறினார். சரிசரி என்று சொல்லியபடியே விடைபெற்றுக்கொண்டு, 'நோவோ' என்ற பெயர் கொண்ட அந்தத் தனியார் அடுக்கக வளாகத்திலிருந்து, எதிரே தெரிந்த யூசூகாங்க் விரைவு ரயில் நிலையத்தை நோக்கி நடந்தாள். வரும்போது அடித்த வெள்ளை வெயில் மறைந்து மழை மேகத்தின் சேர்க்கையால் குளிர்க் காற்று வீசியது.

சாலையில் மறுபுறம் சென்றதும் நின்று மீண்டும் சில கணங்களுக்கு அந்த நீல வண்ணத்தையும், அந்த வளாகத்தில் அமைந்திருந்த பூங்கா மற்றும் நீச்சல் குளம் ஆகியவற்றையும் பார்த்துக் கொண்டாள். 'இங்குதான் வளரப் போகிறதா என் குழந்தை? பிரசவம் முடிந்து நானும்தான் சில மாதங்களுக்கு இங்கிருப்பேன்' என்று எண்ணிக் கொண்டே தன் அடிவயிற்றை ஒருமுறை தொட்டுத் தடவிப் பார்த்துக் கொண்டாள். முதல் முதலாக 'என் குழந்தை' என்று தனக்கு ஏற்பட்டிருந்த எண்ணம் கொடுத்த புத்தம் புது அனுபவம் அவள் முகத்தில் புன்னகையாக விரிந்தது.

தொடர்ந்து நடந்தாள். இப்போதெல்லாம் வயிறு முட்டச் சாப்பிட்ட உணர்வைக் கொடுத்தது லேசாக மேடிட்டிருந்த அவளின் வயிறு. அவள் மின்படியேறி மேலே வரவும் வுட்லண்ட்ஸ் நோக்கிச் செல்லும் ரயில் வரவும் சரியாக இருந்தது. வாரநாளின் நண்பகல் என்பதால், ரயிலில் கூட்டமேயில்லை. சௌகரியமாக உட்கார்ந்து கொண்டாள். நிலையத்தை விட்டுக் கிளம்பிய ரயில் ஜன்னல் வழியாக மீண்டும் அந்த நீல அடுக்கு மாளிகை அவள் கண்களில் பட்டது. தனக்கு இல்லாத அதிர்ஷ்டம் தன் குழந்தைக்கு என்று நினைக்கும்போது ஏதோ ஒருவகை இனம் புரியாத குழப்பமான மகிழ்ச்சி உண்டானது.

●

அம்மாவைத் தவிர மற்றவரின் கவனிப்பில், அனிதாவினுள்ளிருந்த கரு ஐந்தாம் மாதத்தில் அடியெடுத்து வைத்தது. அப்போதுதான் யாரும் எதிர்பார்க்காத ஒன்று நடந்தது. காலையில் எழுந்து கழிப்பறைக்குச் சென்ற அனிதா, தன் உள்ளாடையில் பழுப்பு நிறக் கறை படிந்திருப்பதைப் பார்த்தாள். வேறு வழியில்லாமல் அம்மாவிடம் போய்ச் சொன்னாள்.

முதலில் முகத்தைத் திருப்பிக்கொண்டு போகயிருந்தவள் சட்டென்று திரும்பி, 'வயித்த வலிக்குதா?' என்று கேட்டாள். வலித்த மாதிரியும் இருந்தது. வலிக்காத மாதிரியும் இருந்தது. சொல்லத் தெரியவில்லை

அவளுக்கு. இல்லையென்று சொல்லிவிட்டுப் போய்ப் படுத்துக் கொண்டாள். நேரமாக ஆக லேசாக ஆரம்பித்த வலி கூடிக் கொண்டே போனது. உதிரப் போக்கு பழுப்பு நிறம் இளம் சிவப்பாக மாறி அடர் சிவப்பாய் மாறியபோது, அனிதா வலியில் துடிக்க ஆரம்பித்தாள்.

மார்கரட்டுக்குத் தகவல் சொல்லிவிட்டுக் காத்திருந்தார்கள். அம்மாவுக்கு இரண்டு மனமாக இருந்தது. 'ஒருபக்கம் பிரச்சனை ஒரேயடியா முடியுதுன்னு நிம்மதி வருது. ஆனா, பாவம் அவங்களுக்கு ஒரேயடியா நம்பிக்கை கொடுத்துட்டு, இப்ப இல்லன்னா ஏமாந்து போவாங்கன்னும் வருத்தமா இருக்கு...' என்று மார்கரட்டைப் பார்த்ததும் அம்மா சொன்னாள். 'மிஸிஸ் கணேசன், இப்ப அனிதாவ கூட்டிகிட்டு ஹாஸ்பிடலுக்கு போவோம். அதான் முக்கியம். மீதியெல்லாத்தையும் அப்பறமா பேசிக்குவோம்' என்று சொல்லிவிட்டு, ஒரு டாக்ஸி யை அழைத்தார்.

மருத்துவமனையில் செய்ய முடியாது என்று முன்பு சொன்னது தானாகவே நடந்துவிட்டதால், அனிதாவின் கர்ப்பப்பையைச் சுத்தம் செய்து அவளை ஒரு நாளைக்கு அங்கேயே இருக்குமாறு சொன்னார்கள். நினைவு வந்தபோது, அனிதா மனமுடைந்து கொடகொடவென்று கண்ணீர் விட்டு அழுதாள். ஏனென்று அப்போது அவளுக்குப் புரியவில்லை. குழந்தையின் மீது 'பாசம்' ஏற்பட்டுவிட்டிருந்ததோ? 'வேண்டாம்' என்று நினைத்த கரு தானே கலைந்து விட்டிருந்தது, ஏன் இந்தக் கலக்கம்? முதல் மாதங்களில் 'வேண்டாம் வேண்டாம்' எனும்போது ஒன்றும் ஆகவில்லை. எல்லாம் ஒருவாறாக தீர்மானமாகி, இயல்புக்கு வந்து கொண்டிருந்த நேரத்தில் குழந்தைக்கு இப்படி ஆகிவிட்டதே என்று மிகவும் வருந்தினாள்.

சாகும் நேரத்தில் வாழ ஆசைப்படும் கதை மாந்தர்கள்போல அவளுக்கு வேண்டாம் என்று முன்பு நினைத்த குழந்தை வேண்டியிருந்தது. அவளுக்காகவும் ராஜன் தம்பதியினருக்காகவும். குழந்தையைத் தத்தெடுக்க வேண்டிய அத்தனை சட்ட விதிகளையும் செயல்பாடுகளையும் மார்கரட் அவர்களுடன் சேர்ந்து செய்ய ஏற்பாடுகளைக்கூட ஆரம்பித்துவிட்டிருந்தார்.

முதல் நாள் உறங்காமல் தொலைக் காட்சியில் பார்த்த பேய்ப் படம்தான் காரணமோ... பார்த்திருக்கக் கூடாதோ... இல்லை, ஒரு வேளை படம் பார்த்துக்கொண்டே அதிகமாகத் தின்ற 'துரியான்' சுளைகள்தான் உடல் சூட்டைக் கிளப்பி கருவையே கலைத்து விட்டதோ என்றெல்லாம் குழம்பினாள். அதையே மருத்துவரிடம் வேறு சொல்லி வருந்தினாள். ஆனால், மருத்துவர் அதெல்லாம்

காரணங்களில்லை. அனிதா கருச் சிதைவுக்கு எந்த விதத்திலும் காரணமில்லை என்று சொல்லிவிட்டார்.

அனிதாவின் மனம் மட்டும் சமாதானமாகவேயில்லை. 'என்னால் தானோ...' என்று தோன்றிக் கொண்டேயிருந்தது. தொலைபேசியில் மீனாள் பேசினார். 'உன்னையே நீ வருத்திக்கொள்ளாதே. இதெல்லாம் நம்ம கையிலயா இருக்கு? தைரியமா இரு' என்று ஆறுதல் கூறினார். மார்கரட்டும் நடந்ததை மறந்து, படிப்பில் கவனம் செலுத்தச் சொல்லிக் கனிவாகப் பேசினார்.

அடுத்தநாள் ராஜனும் மீனாளும் வீட்டிற்கு வந்தனர், வழக்கம்போல கை கொள்ளாத தின்பண்டங்களுடன். முகத்தில் இருந்த ஏமாற்றத்தைச் சாமர்த்தியமாக மறைத்தனர். இருந்தாலும் அனிதா அவர்களைப் பார்த்ததும் தான்தான் அவர்களுக்கு அதிக நம்பிக்கையைக் கொடுத்து ஏமாற்றியதுபோல மிகவும் குற்றவுணர்வு கொண்டாள். தானும் வருந்தி, அந்தத் தம்பதியையும் வருத்தி குழம்பியது அவளுக்கு மிகவும் சங்கடமாக இருந்தது. அவர்கள் வருமுன்னரே அம்மா வேலைக்கி கிளம்பிவிட்டிருந்தாள்.

அடுத்த ஒரு வாரமும் முற்றிலும் வேறு விதமான அவஸ்தையினால் அனிதா உறக்கம் வராமல் தவித்தாள். அடிக்கடி முகம் சிவந்து வீங்கும் அளவுக்கு அழுதாள். செய்து முடிக்கவேண்டிய பாடங்களைப் பற்றி முற்றிலும் மறந்து போனாள். வெளியுலகைப் பார்க்காமலே இறந்த அந்தப் பிஞ்சின் நினைவு அடிக்கடி வந்தது. குழந்தை பிறக்கும் முன்பே இறந்துவிட்டாலும் அதன் மீது தனக்கேற்பட்டிருந்த பிடிப்புதான் தன்னை அந்த அளவிற்குத் துக்கப்படுத்தியது என்பது புரிந்தது. ஆனால், இயற்கையின் ஆற்றலை வியக்காமல் இருக்க முடியவில்லை.

ஒரு வாரத்தில் மெதுவாக அழுகையை நிறுத்திவிட்டு மற்றவற்றில் கவனத்தைச் செலுத்த ஆரம்பித்தாள். படிப்பை நிறுத்திவிட்டு பேசாமல் வேலைக்குப் போகிறேன் என்று அம்மாவிடம் சொல்லிப் பார்த்தாள். அம்மா படிப்பை நிறுத்தக் கூடாது என்றாள். அப்போதும் மார்கரட்தான் வீட்டிற்கு வந்து நீண்ட நேரம் பேசி, அனிதாவின் முடிவை மாற்றிக்கொள்ளச் சொல்லி வற்புறுத்தினார்.

அந்த வார இறுதியில் ராஜனும் மீனாளும் மார்கரட்டுடன் மீண்டும் வருவார்கள் என்று எதிர்பார்க்கவேயில்லை. 'ஒரு முக்கியமான விஷயம் பேசணும். நாங்களே நேர்ல உங்ககிட்ட கேக்கணும்னு மார்கரட் சொல்லிட்டாங்க. நிறைய யோசிச்சிட்டோம். பேசிட்டோம். ராஜன்தான் இந்த யோசனையையே மொதல்ல சொன்னது. எனக்கும்

அது மிக அருமையான யோசனையாதான் தோணிச்சி. ம்... நீங்க சம்மதிச்சா... நாங்க அனிதாவையே எங்க மகளா தத்தெடுத்துக்கலாம்னு நெனைக்கிறோம். அவள எங்களுக்கு ரொம்ப பிடிச்சுப் போச்சி. அவள நல்லா படிக்க வைக்கிறோம். உங்க குடும்பத்துக்கு வேண்டிய எல்லா விதமான உதவியையும் நாங்க செய்றோம். இதுக்கு இப்பவே நீங்க பதில் சொல்லணும்னு இல்ல. யோசிச்சு சொல்லுங்க...' என்று மீனாள் அம்மாவிடம் சொல்வாரென்று யார்தான் எதிர்பார்த்திருக்கமுடியும்.

எல்லோரும் அம்மாவின் முகத்தையே கூர்ந்து நோக்கிக் கொண்டிருந்தனர்.

வாழ்க்கை விளையாட்டின் தீர்மானப் பந்து அம்மாவின் பக்கத்தில் விழுந்திருந்தது. அதனை எடுத்து தனக்கு எப்படிப் பிரியமோ அப்படி ஆடுவது இனி அம்மாவின் பாடு. சிந்தனை செய்ய ஆரம்பித்திருந்த அம்மாவின் முகத்தையே எல்லோரும் கூர்ந்து நோக்கிக் கொண்டிருந்தனர்.

•

தமிழ் முரசு, 17-10-05

சிங்கப்பூர் தமிழ் எழுத்தாளர் கழகம் ஏற்பாட்டில் நடந்த அமரர் சே.வை. சண்முகம் நினைவுச் சிறுகதைப் போட்டி 2005 - முத்தமிழ் விழா - ஊக்கப்பரிசு

தலைச்சன்

~

‘பகல் நேரக் காப்பக’த்திலிருந்து அப்பாவை அழைத்து வீட்டிற்கு வந்து சேர்ந்தபோது இருள் கவிய ஆரம்பித்திருந்தது. கால் சட்டையைக் கழற்றச் சொன்னபோது அடம்பிடித்தார். பேன்ட்டின் பக்கிளை அவிழ்த்தும் கழற்ற விடாமல் காலை மடித்துக்கொண்டு டபக்கென்று படுக்கையின் மீது உட்கார்ந்துவிட்டார். கைலியைக் கட்டிக்கொண்டால் வெளியே போகக் கூடாது என்பது அவரது எண்ணம். அது அவராகவே தனக்குள் ஏற்படுத்திக்கொண்ட நியமம்.

பேன்ட்டை மாற்றி கைலியைக் கட்டிவிட்டாலே பெரும்பாலும் வீட்டை விட்டுக் கிளம்ப மாட்டார். என்றாலும் அப்பாவை முழுமையாக நம்பிவிடவும் முடியாது. ஐந்து வருடங்களுக்கு முன்னர் திடீரென்று ஒருநாள் வெளி ‘கேட்’ பூட்டாமல் இருக்கவே கைலி கட்டியிருந்த அப்பா மேல் சட்டையைப் போடாமலேயே வீட்டை விட்டுக் கிளம்பி செருப்பணியாத தன் கால் போன போக்கில் போய்விட்டார். தன் பெயர், முகவரி போன்ற விவரங்கள் அவருக்கு மறந்துவிட்டிருந்த நேரம். பகுக்கும் அறிவு மழுங்கி குடும்பத்தினரையும் அடையாளம் தெரியாதிருந்தது அவருக்கு. சமீப கால நினைவுகள் மறைந்து அவரின் மாணவப் பருவத்தில் நடந்தவற்றைப் பற்றியெல்லாம் சம்பந்தமேயில்லாமல் பேசினார். குளித்து முடித்து கூடத்திற்கு வந்த நான் அப்பாவைக் காணாமல், வீட்டு கேட்டும் திறந்து கிடப்பதைப் பார்த்துவிட்டு திடுக்கிட்டு ஓடோடி, அடுக்கு மாடியிலிருந்து கீழேயிறங்கி எந்தத் திக்கில் போயிருப்பார் என்று யூகிக்க முடியாது நாலாப்புறமும் கண்களை ஓட்டிக் கொண்டே ஓடியோடித் தேடினேன்.

சிறுவர்கள் விளையாடிக் கொண்டிருந்த திடலில் சிறுவர்கள் கூட்டம். ‘பைத்தியம், பைத்தியம்’ என்று பல இனப்போக்கிரிப் பிள்ளைகள்

சிலர் கத்திக்கொண்டும் மற்ற சிறார்கள் சுற்றி வேடிக்கை பார்த்துக் கொண்டுமிருந்தனர். கூட்டத்தை விலக்கி அப்பாவைக் கூட்டிக் கொண்டு வருவதற்குள் பெரும்பாடாகி விட்டது. வரமாட்டேன் என்று ஒரே பிடிவாதம். நான் பெற்ற பிள்ளையைப் பார்த்துக் கொள்வதைப்போல என்னைப் பெற்றவரைப் பார்த்துக்கொள்ளும் நிர்பந்தம். நான் சிறுவனாய் இருந்தபோது அப்பாவிற்கு என்னை அதட்டும் உரிமையாவது இருந்திருக்கும். அதட்டிச் சொன்னாலும் அவருக்குப் புரியவும் புரியாத நிலை ஆயிற்றே... அவரைச் சமாளிக்க பட்ட பாடுகள், அப்பப்பா...

'நா உங்கள இன்னிக்கி 'பிஷான் பார்க்'குக்கு கூட்டிட்டு போறேம்பா, இப்ப நீங்க லுங்கிய கட்டிப்பீங்களாம், என்ன...' என்று நைச்சியமாக ஏதேதோ பேசி கட்டிவிட்டுக் கையைப் பிடித்துக் கூடத்திற்கு அழைத்து வந்தேன். சோபாவில் உட்காராமல் என் கையை உதறிவிட்டுத் தரையில் சம்மணமிட்டு உட்கார்ந்தார். அவர் எப்போதும் பார்க்கும் சூரியத் தொலைக்காட்சியையும் உயிர்ப்பித்ததும், கையிலிருந்து ரிமோட்டைச் சடாரென்று பிடுங்கி இரண்டு முறை அழுத்தி கார்ட்டூன் சானலைப் போட்டுக்கொண்டு, தலையைத் திருப்பி ஒரு வெற்றிப் பார்வையை என்பக்கம் வீசினார். சின்னச் சின்ன மாற்றங்கள் அவரிடம் ஏற்பட்டு வருவது குறித்து எண்ணியபடி அவரைப் பார்த்துச் சிரித்தேன். சமையலறைக்குள் புகுந்து தேநீரைத் தயாரித்து எடுத்துக்கொண்டு மீண்டும் கூடத்தை அடைந்தபோது அப்பா எலியைத் துரத்தித் துரத்திப் பூனையடித்த லூட்டியில் தன்னையே மறந்து ஆழ்ந்திருந்தார்.

எண்பத்தியிரண்டு வயதில் இரண்டு வயதுக் குழந்தையின் குதூகலத்துடன் அமர்ந்திருந்தவரிடம் அவரின் பழைய கம்பீரத்தைத் தேடவேண்டியிருந்தது. ஐம்பத்தெட்டு வயது வரை கண்ணைப் பறிக்கும் வெள்ளையுடையில் மருத்துவமனையில் 'ஆண் நர்ஸ்' வேலை செய்த அப்பாவின் நினைவு, கலைந்த மேகமாய் மட்டுமே மனதில் இருந்தது. தன்னை விட பன்னிரண்டு வயது இளையவரான அம்மாவைத் தன் நாற்பத்திமூன்றாவது வயதில் தாமதமாகத் திருமணம் செய்து ஒன்பது வருடங்களுக்குப் பின்னர் ஒரே மகனான என்னைப் பெற்றிருந்தார்.

வாழ்க்கையை முழுமையாய் வாழ்ந்த பெருமிதம் அவரின் நடையுடை பாவனைகள் மட்டுமின்றி பேச்சிலும் தெரியும். தனக்கு வயதாகிவிட்டதாய் நம்ப மறுத்து, சுத்தம், சுறுசுறுப்பு, செய் நேர்த்தியின் கலவையாக விளங்கிய அப்பா ஓய்வு பெற்ற பின் ஒரே வாரம்தான் வீட்டில் இருந்தார். அதற்குள் குட்டிபோட்ட பூனையைப் போல வீட்டைச் சுற்றிச் சுற்றி வந்தார். சும்மா இருக்க முடியாமல் அவர் பட்ட அவஸ்தை அலாதியாய்த்தானிருந்தது. மிடுக்காக அடர்

நீலச் சீருடையணிந்து தேடாமலே கிடைத்த தன் பேரங்காடியின் 'காவல்காரர்' பணிக்குக் கிளம்பிய நாட்கள்தான் அவரின் தன்னம்பிக்கை முழுமையாக வெளியான நாட்கள். சோம்பி யிருப்பதை வெறுத்த அவர் தன் 'ஸெக்யூரிட்டி' வேலையை மிகவும் நேசித்தார். ஆயுளின் இறுதி மூச்சின்போது அளிக்கப்பட்ட 'போனஸ்' ஆண்டுகளாகவே தன் வேலையை அவர் நினைத்தார்.

வீட்டு வாயிலில் நிழலாடியது. சாருதான் வேலை முடிந்து வீடு திரும்பியிருந்தாள். 'ஏங்க, என்னங்க இது 'கேட்'டைப் பூட்டாம?' என்றபடியே நிறை மாத வயிறு முன்னே வர உள்ளே நுழைந்து சோபாவில் அமர்ந்தவளிடம், 'அடடா, மறந்தே போயிட்டேம்மா...' குற்றவுணர்வுடன் கூறிவிட்டு, அவளுக்கும் ஒரு கோப்பையில் தேநீரை எடுத்துவந்து கொடுத்தேன். சாருவின் முகம் வழக்கத்தை விட அதிகம் சோர்ந்து காணப் பட்டது.

பல முறை சாருவிற்குத் தரித்த கரு தங்காமல், பத்து வருடங்களுக்கு மேல் ஏராளமாகச் செலவு செய்துவிட்டிருந்தோம். இம்முறை கருத் தங்கவென்று ப்ரத்யேக முறைகளைக் கையாண்டார் மருத்துவர். முதல் இரண்டு மாதங்கள் கால் மாட்டில் கட்டிலின் கால்கள் அதிக உயர்வாக இருக்கும்படி ஏற்பாடுகள். அதன் பிறகு இரண்டு மாதங்களுக்கு கர்ப்பப்பை வாயைத் தைத்துவிட்டிருந்தார். அதிருஷ்டவசமாக பலன் அவர் நினைத்தபடியே அமைந்தது. நான்கு மாதங்களுக்கும் விடுப்பெடுத்து ஓய்வில் இருந்ததாலேயே பிரசவ சமயம் வரை வேலைக்குப் போகவேண்டிய கட்டாயம் வந்துவிட்டிருந்தது.

'ஒரு வாரமாவே மாமா கார்ட்டூன் மட்டும்தான் பாக்கறார், கவனிச்சீங்களா... ம்?' சிரித்துக்கொண்டே சாரு என்னிடம் சொன்னதுமே, 'மாமா' என்ற பதத்தைக் கேட்டதும் திரும்பிப் பார்க்கும் வழக்கமான இயல்புடன் அப்பா தலையைத் திருப்பிப் பார்த்தார். முன் பின் தெரியாத யாரையோ பார்ப்பதைப்போல தன் மருமகளைப் பார்த்துவிட்டு சட்டென்று தொலைக்காட்சிக்குத் திரும்பிவிட்டார்.

அப்பாவென்று நான் அழைத்தால் யாரோ யாரையோ கூப்பிடுவதைப் போல சலனமற்றிருந்தார் சமீபகாலம் வரை. அந்த அளவிற்குச் சில மாதங்களுக்கு முன்னர் வரை சாருதான் அப்பாவைக் கவனித்துக் கொள்ளும் முழுப்பொறுப்பையும் ஏற்றிருந்தாள். புரிந்தாலும் புரியாவிட்டாலும் சூரிய தொலைக்காட்சியையே கண்ணிமைக்காமல் பார்க்கும் அப்பாவிற்கு திடீரென்று ஏற்பட்டிருந்த 'கேலிச் சித்திர' ஈடுபாடு என்னைப் போலவே சாருவுக்கும் விநோதமாய்தான் தோன்றியிருக்கிறது.

இரண்டு வாரங்களுக்கு முன்பு சாரு தனது மருத்துவச் சோதனை முடித்து வீட்டிற்கு வந்து என்னிடம் விவரங்கள் சொல்லிக்

கொண்டிருந்தாள். 'ஸ்கேன்' செய்ததில் பிறக்கப் போவது மகன் என்ற பெருமை அவள் முகத்தில் தெரிந்தது. டக்கென்று திரும்பி என்னைப் பார்த்த அப்பாவின் கண்களில் புதிதாய் ஒரு மின்னல்! ஏழெட்டு வருடங்களுக்கு முன்பு எப்போதோ மிகுந்த மகிழ்ச்சியில் என்னைப் பார்த்த அதே பார்வையைப்போலதான் இருந்தது. உறுதியாகவும் சொல்ல முடியவில்லை. ஆனால், கண நேரமேயானாலும் எனக்கு அது மறக்க முடியாததானது. மறுநாள் காலையில் 'ஸ்கேன்' படங்களைக் கையில் வைத்துப் பார்த்துக் கொண்டிருந்ததைத் தான் பார்த்ததாக சாரு சொன்னாள்.

அன்று பகல் நேரக் காப்பகத்தின் அடுத்த கட்டடத்திலிருந்த குழந்தைக் காப்பகத்தில் வேலை செய்த தாதியிடம் அடம் பிடித்துக் கேட்டு ஒரு கிலுகிலுப்பையை வீட்டிற்குக் கொண்டுவந்தார். எனக்கு ஆச்சரியமாக இருந்தது. தன் ஒரே வயதுக் குழந்தை முதல் முறையாக 'அம்மா' என்றழைக்கும்போது ஒரு தாய் அடையும் பெருமிதம் என்னுள் வந்தது. பத்திரமாக இருந்தது கிலுகிலுப்பை அவருடைய மற்ற பொருட்களுடன்.

மருத்துவரின் ஆலோசனையின் பேரில் நாளிதழ்களைப் படித்து அவரைக் கேட்கச் சொல்லும்போது மாட்டேனென்று அடம் பிடித்தவர், சாருவின் விடாமுயற்சியால் படிப்பதைக் கேட்க ஆரம்பித்திருந்தார்.

எப்போதாவது பிடிவாதம் தலைதூக்கவே செய்யும். சில வேளைகளில் படித்ததிலிருந்து அப்பாவைக் கேள்வி கேட்டும் பார்ப்பாள் அவள். 'மாமா, இது என்ன?' என்று 'மெர்லைன்' படத்தைக் காட்டிக் கேட்டால் சில வேளைகளில் சரியாகவும் வேறு சில வேளைகளில் புலி, டைனசோர் என்று வாயில் வந்ததையும் சொல்வார். சொல்லிவிட்டு 'சரியா' என்று சாருவின் முகத்தை வேறு குழந்தையைப்போல பார்த்துக்கொள்வார். சாருவைக் கண்டதுமே, குடுகுடுவென்றோடி தமிழ் முரசையோ ஆங்கில நாளிதழையோ எடுத்து வரும் அளவிற்கு முன்னேறினார். சாருவின் கர்ப்பம் வளரவளர அந்தப் பழக்கத்தை விட்டிருந்ததும் கொஞ்சம் வித்தியாசமாய்தானிருந்தது.

ஆரம்ப காலத்தில் அப்பாவைச் சமாளிக்க அம்மாவுக்கும் எனக்கும் பொறுமையே இல்லாதிருந்தது. அதனாலேயே, சாரு அதிக சிரமப்பட வேண்டியதாகிவிட்டது. காப்பகத்திற்கு அழைத்துச் செல்லும்போதும், உணவூட்டும்போதும் தன்னிலையில்லாமல் கோபத்தில் சாருவை அடித்தும், கடித்தும், கிள்ளியும் துன்புறுத்தியிருக்கிறார். அவளுக்குத் தலைப்பிள்ளையாகவே ஆகியிருந்தார் அப்பா. மிகவும் குறும்பும் பிடிவாதமும் நிறைந்த பிள்ளை. குழந்தை வளர்ப்பில் முன்னனுபவமே பெற்றுவிட்டிருந்தாள் சாரு அப்பாவின் மூலம். அப்பாவோடு அவளுக்கிருந்த அனுபவங்கள் அப்படி.

தேநீரைக் குடித்து முடித்து, 'கேட்டை பூட்டலன்னா பிரச்சனையாயிடும் சத்யா. விழுந்தா மாமாக்கு அப்பளம் மாதிரி எலும்பு நொறுங்கிடும்னுவேற சொல்லியிருக்காரு டாக்டர். அதுசரி, மாமா 'மைலோ' குடிச்சாரா?' என்றவளை ஆமோதித்து தலையசைத்தேன். கண் மூடி சோபாவில் சாய்ந்த சாருவின் நெற்றி சுருங்கிச் சுருங்கி விரிந்தாற்போலிருந்தது. அவளை ஓய்வெடுக்கச் சொல்லிவிட்டு நானே சமைத்துவிட நினைத்து காய்கறிகளை அரிய ஆரம்பித்தேன்.

எதிர்பார்த்துக் காத்திருந்ததாலேயே ஓய்வை அப்பாவால் அவரின் முதுமையைப் போலவே இயற்கையாய் இருகரம் நீட்டி ஏற்றுக் கொள்ள முடிந்தது. ஆனால், சற்றும் எதிர்பாராமல் ஆறு வருடங் களுக்கு முன்னர் பொருளியல் நெருக்கடியின்போது நஷ்டப்பட்ட பேரங்காடி இழுத்து மூடப்பட்டபோது முன்னறிவிப்பே இல்லாமல் தன் வேலை போனதைத்தான் அவரால் தாங்கிக்கொள்ளவே முடியவில்லை. செய்தி திடீரென்று ஒருநாள் பெரிய இடியாக வந்து இறங்கியிருந்தது அவர்மேல். ஊன்றுகோலைச் சடேரென்று பிடுங்கியதும் தொபேரென்று வீழும் குடுகுடுக் கிழவனைப்போல திடீரென்று வாழ்வின் மீதிருந்த ஒரே பற்றையும் விட்டவரானார்.

வீட்டிற்கு வந்தவர் ஒருவரிடமும் ஒன்றுமே பேசாமல் உட்கார்ந்து விட்டார். உடன் வேலை பார்த்தவரிடம் 'இனிமே என்ன இருக்கு?' என்று விரக்தியின் உச்சியில் பலமுறை சொன்னார் என்று பிறகுதான் தெரியவந்தது. அடுத்த நாள் முதல் அவரின் நடவடிக்கைகளில் பெரும் மாற்றம் தெரிந்தது. பிடிப்பேயில்லாமல் இருக்க ஆரம்பித்தார்.

அடுத்து வந்த நாட்கள் மிகப் பெரும் சவால்களைக் கொணர்ந்தன. எப்போதும் அம்மாவையே சண்டைக்கு இழுத்தார். கத்தியைக் கையில் எடுத்துக்கொண்டு கொன்றுவிடுவேன், குத்திவிடுவேன் என்றெல்லாம் மிரட்டினார். அப்போதெல்லாம் அது வரை பார்த்திராத வேறு யாரையோ பார்ப்பதைப் போன்ற உணர்வே என்னுள் மேலிட்டது. உட்காரச் சொன்னால் நின்றார். படுக்கச் சொன்னால் நடக்கப் போகிறேன் என்று பிடிவாதம். சொல்லப்பட்ட பதிலில் மனம் கொஞ்சம்கூட பதியாததால், கேட்ட கேள்வியையே கிளிப் பிள்ளைபோல நூறு முறை அலுக்காமல் கேட்டார்.

ஒரு வாய் சாப்பிட வைப்பதற்குள் எனக்குப் பொறுமையே போய்விடும். அவரைச் சாப்பிட வைக்க சாருவால்தான் முடிந்தது. எதிர்பாராமல் ஒரு நாள் வீட்டில் நான்கு பேருக்குச் சமைத்து வைத்த உணவை அவர் ஒருவரே யாரும் கவனிக்காத நேரத்தில் மூச்சு முட்டச் சாப்பிட்டு முடித்திருந்தார். அடுக்குமாடிக் கட்டடத்தின் ஜன்னல் வழியாக ஒரு வயதுக் குழந்தையைப்போல கையில் கிடைத்ததை

யெல்லாம் தூக்கி எறிந்துவிட்டு எட்டிப் பார்த்தார். இன்றும் ஜன்னல்களை அடைத்தே வைத்திருக்கிறோம்.

திடீர் திடீரென்று குளிக்க மாட்டேனென்று அடம். அவருக்குத் தோன்றியபோது குளித்தார். ஒருநாள், குளித்துவிட்டு இடுப்பில் துண்டைக் கட்டாமல் பிறந்த மேனியோடு குளியலறையிலிருந்து வெளியே வந்துவிட்டார். சாரு பார்த்ததும் பதறி ஓடி என்னைக் கூப்பிட்டு, நான் பாய்ந்து சென்று அப்பாவின் இடுப்பில் துண்டைச் சுற்றினேன்.

அன்றுதான் மருத்துவரின் உதவி தேவையென்றே எங்களுக்கு உறைத்தது. மருத்துவரிடம் போனதுமே எங்களுக்கு எதுவும் சொல்லப்படவில்லை. ஆறு மாதங்களுக்கு அவரின் நடவடிக்கை களைக் குறித்து வைத்துக் கொண்டு போய் வாராவாரம் மருத்துவரைக் கண்டோம். பிறகுதான், அவருக்கிருந்த நோய் கண்டுபிடிக்கப்பட்டது.

'அல்சைமர்' நோயினால் மூளைக்குச் செல்லவேண்டிய செய்திகள் செல்லவில்லை. அப்பாவுக்கு 'டெமென்ஷியா' என்று கூறப்பட்டது. மருத்துவர் விவரிக்க விவரிக்க அப்பாவின் அப்போதைய யோசனை, நினைவாற்றல் குறைந்திருந்ததற்கான காரணம் புரிந்தது. நர்ஸிங் ஹோமில் சேர்த்துவிட மருத்துவர் சொன்ன யோசனையை ஏற்க ஏனோ எனக்கு மனமேயில்லை. சிறு வயதில் எனக்குச் செய்ததை திருப்பிச் செய்யும் வாய்ப்பாகக் கருதி வீட்டிலேயே அவரை வைத்துக்கொள்ள சாருவும் நானும் முடிவு செய்தோம்.

சாருதான் அப்பாவைச் சமாளிக்கவென்று மனோதத்துவ வகுப்பொன்றுக்குப் போய் வந்தாள். தொடர்ந்து அப்பாவை பிஸியோதெரபி மற்றும் மருத்துவமனைக்குக் கூட்டிப் போவது உலாவப் போவது என்று சாரு மட்டுமில்லா திருந்திருந்தால், ஒரு வேளை மனதைக் கல்லாக்கிக்கொண்டு அப்பாவை மருத்துவமனை யில் சேர்த்திருப்பேனோ என்னவோ.

திடீரென்று கூடத்திலிருந்து தீனமான குரல் கேட்டாற் போலிருந்தது. கூர்ந்து கேட்டேன். கேலிச் சித்திரத்தில் ஏதோ அழுகையொலி. தொடர்ந்து அப்பளம் பொரிக்க சட்டியில் எண்ணெயை ஏற்றினேன்.

அம்மா வேலையிலிருந்து திரும்ப எப்படியும் இரவாகிவிடுகிறது. செய்து வந்த தையல் வேலையை விடச் சொன்னாலும் முதலில் கேட்கவேயில்லை. தொடர்ந்து நச்சரித்ததில் விட்டுவிடலாமென்று நினைத்தார். ஆனால், அப்பாவிற்கு திடீரென்று ஏற்பட்ட சித்தஸ்வாதீனமில்லாமல் போனதுதான் அவர் மனதை மாற்றி விட்டது.

தன் சம்பளத்தை வீட்டுச் செலவுக்குக் கொடுப்பதில் அவரது மனதிற்குத் திருப்தி ஏற்பட்டதென்று அம்மா சொல்லவே அதை ஏன் மறுக்க வேண்டுமென்று நானும் பிறகு சொல்வதையே விட்டு விட்டேன். ஆரம்பத்தில், 'ஏன் நமக்கு மட்டும் இப்பிடி ஆகணும்? ஏன்?' என்று அப்பாவை நினைத்து மாய்ந்து மாய்ந்து போன அம்மா, அப்பாவிடம் பட்ட பாட்டில் சீக்கிரமே அவரிடமிருந்து விலகி, பிறகு மெள்ள மனதளவில் ஏற்கவும் பழகி, அப்பா கண்ணில் மட்டும் படாமலிருக்க ஆரம்பித்துவிட்டார்.

சாருவின் வலியில் தோய்த்த குரல் உரக்கவே கேட்டது. குக்கரின் வாயை மூடியதும்தான் என் சந்தேகம் சரிதானென்று உறுதியானது. உடனே பாய்ச்சலாய் ஓடிச் சென்று பார்த்தவனுக்கு அதிர்ச்சி. வியர்வையில் குளித்திருந்த முகத்தில் வலியின் முடிச்சுகள். 'சாரும்மா... என்னாச்சு? ம்?' என்றபடி அவள் நெற்றியில் விழுந்திருந்த கேசத்தை ஒதுக்கிவிட்டு அவளின் கையைப் பிடித்துக்கொண்டேன். பதற்றத்தில் செய்வதறியாது அவளின் முகத்தையே பார்த்தபடி யிருந்தேன்.

திரும்பி என்னைப் பார்த்த அப்பா டீவியை டப்பென்று அணைத்து விட்டு என்னருகே வந்து நின்று என் முகத்தையும் ஒரேயொரு வினாடி சாருவின் முகத்தையும் பார்த்தார். மறுபடியும் கண்களில் அதே மின்னலைப் பார்த்ததைப்போல இருந்தது. உடனே எதையோ மறந்தவரைப்போல அறைக்குள் விடுவிடுவென்று நுழைந்தார்.

கையில் கிலுகிலுப்பையை எடுத்துக் கொண்டுவந்து என்னையே பார்த்துக்கொண்டு நின்றார். திடீரென்று அதைத் தன் இடுப்பில் கைலியின் மடிப்பில் செருகிக்கொண்டே, 'டாக்ஸி கூப்பிடு' என்று முணுமுணுப்பாகச் சொன்னதுமே அவரிடமேற்பட்டிருந்த மாற்றத்தைக் கவனிக்கக்கூட தோன்றாமல், தொலைபேசியை நோக்கி ஓடினேன். பேசிக் கொண்டிருக்கும்போதுதான் அப்பாவின் மாற்றம் மெதுவாக என் மனதில் பதிய, திரும்பினால்...

வலியில் துடித்துக் கொண்டிருந்த சாருவை எழுப்ப முயன்றுவிட்டு இரண்டு கைகளாலும் தூக்க முயற்சிப்பதைப் பார்த்து அப்படியே செயலிழந்து உறைந்தேன். 'வா, சீக்கிரம்...ஹெல்ப் பண்ணு, காலப் பிடி... தூக்கிகிட்டுப் போயிடலாம் டாக்ஸிக்கு...' விளையாட்டுத் தோழனிடம் சொல்லும் குழந்தைக் குழறலில் சொன்னார். 'அன்று புதிதாய்ப் பிறந்தவரை'ப் பார்ப்பதைப்போல விழிகள் விரிய ஆவென்று பார்த்தேன். பார்வையை அவர்மீதிருந்து விலக்காமலே, அருகில் சென்று அவர் கைகளை அனிச்சையாக விலக்கிவிட்டு மெதுவாக அவளை நானே தூக்கினேன்.

எந்தையும் தாயும்

~

மாலாவைக் கடக்கும் போதெல்லாம், அன்று நான் உணர்ந்தது விநோதமானது. சகிக்க முடியாத ஒரு நாற்றம். யாராலும் அலட்சியப் படுத்திவிட முடியாதபடிக்கு. சட்டென்று ஆளைத் துரத்தும் அளவிற்கு. மழையின், மண்ணின் இதமான மணத்தை அடக்கி வீழ்த்திய நாற்றம். மாலாவின் இருக்கையினருகே இருந்த ஜன்னலின் வழியாக ஒரு முறை எட்டிப் பார்த்தேன். சந்தேகிக்கக்கூடியதாய் அங்கே ஒன்றுமேயில்லை. பெய்து ஓய்ந்திருந்த மழையின் சுவடுகளாய் இன்னமும் சொட்டுச் சொட்டாக மழை நீர் முதல் மாடியிலிருந்து சொட்டிக் கொண்டிருந்தது. அறையிலும் எதுவும் இருப்பதாகத் தெரியவில்லையே என்று யோசித்தபடி சுற்றுமுற்றும் பார்த்தேன். ஆனால், அந்த நாற்றம்?

வெவ்வேறு வகுப்பில் பயிலும் மாணவர்கள் தமிழ்ப் பாடத்திற்கு மட்டும் இவ்வறையில் கூடுவர். மூன்றாம் வகுப்பிற்கு அன்று தேர்வு நாள். மாணவர்கள் அவரவர் தேர்வு விடைத் தாளில் கவனமாயிருக்க சோர்ந்து காணப்பட்ட மாலா மட்டும் கவனமின்மையின் பிடியில் இருந்தாற் போலிருந்தது. அவள் உட்கார்ந்தி ருந்தது வகுப்பறையின் கடைசி வரிசையின் மூலை இருக்கை. அவளை நான் கவனிக்கும் போது அவள் தலையைக் கவிழ்த்து விடைத் தாளில் பார்வையைச் செலுத்தினாள். ஆனால், அது ஒப்புக்காக என்று எனக்குத் தோன்றியது. என் கவனம் அவளை விட்டு அகன்றதும் அவளின் கவனம் மற்றவற்றில் படிந்தது. அல்லது, இலக்கின்றி அங்குமிங்கும் அவளது பார்வை பரபரவென்று அலைந்தது. வகுப்பைச் சுற்றி வந்த ஒவ்வொரு முறையும் இதை நான் கவனித்தேன்.

மூன்றாம் முறை அவளைக் கடந்த பிறகு சட்டென்று திரும்பினால், மாலா வேறெங்கோ பார்த்துக்கொண்டு, அதை நான் பார்த்து விட்டதை அறிந்ததும் கவனத்தைக் குவிக்க முயன்று, பிறகு முடியாமல் போகவே நீரிலிருந்து தூக்கி நிலத்தில் போட்ட மீனாகத் தவித்தாள். வழக்கத்திற்கு அதிகமாகவே அவளின் நீல ஸ்கர்ட்டும் வெள்ளை ப்ளௌவுஸூம் அழுக்கேறியிருந்தது என் கவனத்தை ஈர்த்தது. காலுறையும் சப்பாத்தும் வெள்ளையென்று கற்பூரமடித்து சத்தியம் செய்தாலும் நம்ப மாட்டார்கள்.

நான்காவது முறையாக மாலாவைக் கடக்கும்போது மீண்டும் அதே நாற்றம் என் மூக்கில் மோதியது. அப்போதுதான் அழுகிய முட்டையை நினைவுபடுத்தும், பல நாள் அழுக்குடன் சேர்ந்த வியர்வையின் அந்நாற்றம் மாலாவின் மீதிருந்துதான் கிளம்பியது என்று என் நுகர் புலன் அடித்துச் சொன்னது. ஆனால், ஏன் குளிப்பதில்லையா அவள்? என்னதான் ஆயிற்று? என்னால் காரணத்தை அனுமானிக்கவே முடியவில்லை.

●

கடந்த சில நாட்களாகவே மாலா பாடங்களில் போதிய கவனம் செலுத்துவதில்லை. சராசரியான மாணவியான அவள் திடீரென்று காட்டிய பின்தங்கல் என்னுள் சில அக்கறைகளை எழுப்பிய படியேதானிருந்தது. எது கேட்டாலும் தலையாட்டலில் பதில். அதிகபட்சம், 'ம்' என்றோ 'ம்ஹூம்' என்றோ ஒற்றைச் சொல்லில் முணுமுணுப்பாய். அகன்று விரிந்த விழிகளில் ஒரு நிரந்தர சோகம். குடும்பத்தில் ஏதும் பிரச்சனையா? அவளைப் பற்றி அவளுடைய வகுப்பாசிரியை எஸ்தர் தியோவிடம் பேச வேண்டும் என்று கிட்டத்தட்ட தினமும் நினைத்துக் கொண்டிருந்த போதிலும் ஏதேதோ வேலைகளில் மூழ்கிவிடுவதால், தட்டிக்கொண்டே போனது.

மணியடித்ததும், எழுதுவதை நிறுத்திவிட்டு, அறையை விட்டு வெளியேறி அறை வாசலில் வைத்திருக்கும் தங்கள் புத்தகப் பைகளை எடுத்துக்கொண்டு அவரவர் வகுப்புகளுக்குப் போகச் சொன்னேன். அது வரை அமைதியாயிருந்த அறை திடீரென்று குசுகுசுவென்று விடைகளைச் சரி பார்க்கும் உரையாடல்கள், நாற்காலி மேசைகள் இழு படும் நகர்த்தும் ஓசையுமாய் நிறைந்தது. ஓட்டமும் நடையுமாக அவரவர் வகுப்பறைகளை நோக்கி விரைந்தனர். அத்தனை நெருக்கடியிலும் கவனமாக மாலாவைத் தவிர்க்கவென்று விலகி பயந்தோடினார்கள். வெளிப்படையாக முகத்தைச் சுளித்துக்கொண்டு ஒவ்வொருவரும் தொற்று நோயாளியைக் கண்டு பயப்படுவதைப்போலதான் நடந்து கொண்டனர். ஒருவர்

செய்தவுடன் உடனே அடுத்தடுத்து மற்ற சிறார்களும் அப்பட்டமாகப் பின்பற்றினர்.

எல்லா விடைத் தாள்களையும் ஒவ்வொன்றாக சேகரித்து, அடுக்கிக் கட்டி வைத்துக்கொண்டே மாலாவைப் பற்றிதான் நினைத்துக் கொண்டிருந்தேன். அவள் பையை எடுத்துக்கொண்டு மெதுவாக நடந்து போகும்போது இறுகிக் கிடப்பதுபோல முதல் பார்வையில் தோன்றும் அவளின் முகம் பல வித உணர்ச்சிகளைக் காட்டவே செய்தது. அவமானம், வருத்தம், கொஞ்சம் அடக்கிய அழுகை, சோர்வு என்று எல்லாவற்றிலும் ஒரு இழையைச் சேர்த்துப் பின்னினாற்போல்.

அன்றைக்கு வேறு வகுப்பு இல்லாததால், வீட்டிற்குப் போய் விடலாமா என்று யோசித்தபடியே நடந்தேன். இரவெல்லாம் இருமிக் களைத்த தினேஷ் மிகவும் சோர்வுடன் காலையில் பள்ளிக்குப் போயிருந்தான். வீட்டிற்குப் போகும் வழியில் வெற்றிலை, துளசி வாங்கிக்கொண்டு போனால், கஷாயம் வைத்துக் கொடுக்கலாம் என்ற யோசனை உதித்தது.

மாலாவின் வகுப்பைக் கடந்தபோது, வகுப்பாசிரியை எஸ்தர் தியோ கண்ணில் பட்டார். அறையின் மூலையில் தனியே ஒரு இருக்கையில் மாலா உட்கார்ந்திருப்பது தெரிந்தது. வாசலில் நின்றுகொண்டு, 'எக்ஸ்க்யூஸ் மீ...' என்றழைத்ததும் அவர் வெளியில் வந்தார். மாலாவைப் பற்றி அவரிடம் விசாரித்தேன்.

வகுப்பில் மற்ற பாடங்களிலும் அவள் பின்தங்குவதாகச் சொன்னவர், கடந்த சில நாட்களாக அவள் ஒரே நாற்றமாய் நாறுகிறாள் என்றும், மாணவர்கள் அவளைப் பார்த்து ஓடுகிறார்கள், கேலி செய்கிறார்கள் என்று பலவாறாய் முறையிட்டார். மாலாவை என்னுடன் அனுப்ப முடியுமா என்று கேட்டேன். கூட்டிக்கொண்டு போய் பேசிப் பாருங்கள், நான் கேட்டு ஓய்ந்து போனேன் என்று சொல்லி மாலாவை என்னோடு அனுப்பினார்.

●

மாலா என்னோடு நடந்தாள். பள்ளிப் பூங்காவிலிருந்த இருக்கைக்கு வந்து உட்கார்ந்தோம். அவளும் அவளுடன் வந்த நாற்றமும் என் அருகில். குட்டையாய் இரட்டைப் பின்னலும் நடு வகிடும் அவளுடைய களையான குண்டு முகத்திற்குப் பொருத்தமாகவே இருந்தது. கிட்டத்தில் உற்றுப் பார்க்கும்போதுதான் அவள் முகம் நீர் கண்டு பல நாட்கள் ஆகியிருக்கும் என்று தோன்றியது. தலை முடி

சீப்பையும், சீருடை சோப்பு நீரையும் சந்தித்து குறைந்தது ஒருவாரமிருக்கும். எப்போதும் இப்படி இருக்க மாட்டாளே... ஏன்?

'சொல்லு மாலா, என்ன பிரச்சன? ஏன் உன்னால பாடத்துல கவனம் செலுத்த முடியல? ஆமா, நீ தினமும் குளிக்கறியா?' என்று கேட்டுவிட்டு அவள் முகத்தையே பார்த்துக் கொண்டிருந்தேன். ம்ஹூம், முகத்தில் ஒரு சலனமில்லை. இவளுக்குள் இருப்பதை இவள் பேசினால்தான் அறிய முடியும்... இப்படி வாயைத் திறப்பேனா என்றிருந்தால்? கொஞ்சம் எரிச்சலும் கோபமும் என்னுள் கிளம்பியது.

என் கைத் தொலைபேசி சிணுங்கியது. தினேஷ்தான்! 'அம்மா, இன்னிக்கி நா வர லேட்டாகும். அது சொல்லதான் ஃபோன் போட்டேன்' என்றான். 'சாப்டியா தினேஷ்?' என்று நான் கேட்டபடி மாலாவின் பக்கம் எதேச்சையாகத் திரும்பினேன். அவள் வாயில் சுரந்த உமிழ் நீரைக் கூட்டி முழுங்கியபடி உட்கார்ந்திருந்தாள்.

'ஓ, கமான்மா... இந்த வருஷம் நா 'ஓ' லெவெல் எடுக்கப் போறேன். சாப்டியான்னு கேட்டுகிட்டு. சாப்பிட்டு விட்டுதான், ப்ரோஜெக்ட் வொர்க் செய்யப் போறேன். ஓகே, பை மா...' என்று அலுப்புடன் ஆரம்பித்து சிரிப்போடு முடித்து துண்டித்துவிட்டான் தினேஷ்.

கண்கள் பனிக்க உட்கார்ந்திருந்த மாலைவைப் பார்த்து, 'சொல்லு மாலா. நீ பேசினாதானே புரியம் எனக்கு, ப்ளீஸ்...' என்று நான் சொல்வதற்காகவே காத்திருந்ததைப்போல கொட கொடவென்று கண்களில் கண்ணீர் வழிய விசும்பினாள். 'எதுக்கு அழற? நா இப்ப ஒன்ன ஏசினேனா?' என்றதும், 'டீச்சர், எனக்கு ரொம்ப பசிக்குது...' என்று சொல்லிக்கொண்டே கண்களைத் துடைத்துக்கொண்டாள். தினேஷச் சாப்பிட்டாயா என்று கேட்டதுமே இவளுக்குப் பசி வந்துவிட்டதோ!

முதல் நாள் மதியம் பள்ளியில் 'பன்' விற்கும் மலாய் தாத்தா கொடுத்த பன் ஒன்றைத் தவிர நான்கு நாட்களாக ஒன்றுமே சாப்பிடவில்லை என்றாள். அதை நான் துளியும் எதிர்பார்க்கவேயில்லை. வேறு ஏதோ இருக்கிறது என்றும், அவள் சொல்வாள், கேட்டுவிட்டு உதவுவோம் என்றும் நினைத்திருந்த எனக்கு என்னவோ போலாகிவிட்டது.

மற்றவற்றைப் பிறகு கேட்டுத் தெரிந்து கொள்ளலாம் என்று நினைத்துக்கொண்டு, வாவென்று கூட்டிக்கொண்டு பள்ளி உணவகத்துக்குப் போனேன். பின்தொடர்ந்து நடந்தாள். அங்கு அவளுக்கு ஒரு பெரிய கிண்ணம் நிறைய சூப் நூடில்ஸ் வாங்கிக் கொடுத்து சாப்பிடச் சொன்னேன். பசியில் அவசர அவசரமாக

வாயில் போட்டுக்கொண்டு சுட்டுக்கொண்டு தவித்தாள். பசியைத் தணிக்க அவள் பட்ட பாடு பரிதாபமாக இருந்தது. அவசரமாக உண்டதில் புரையேறிவிட்டது. கண்களில் கண்ணீர் பெருகியது. 'மெதுவா சாப்பிடு' என்று சொன்னதும் இடையிடையே என் முகத்தைப் பார்த்துக்கொண்டே ஊதி ஊதிச் சாப்பிட்டாள். 'போதுமா...' என்றதும் போதுமென்று தலையாட்டினாள். வீட்டிற்குத் தொலைபேசச் சொன்னேன் மாலாவை. ஆனால், வீட்டில் யாருமில்லை.

●

மீண்டும் இருக்கைக்குத் திரும்பினோம். பேசாமல் இவள் வீட்டிற்கே இவளுடன் போய்ப் பேசினால் என்ன என்று யோசித்தபடியே, 'ம்... சரி, இப்ப சொல்லு. உங்கம்மா வீட்டுல இருப்பாங்களா இப்போ?' என்றதும், 'டீச்சர், அம்மா இல்ல. எங்கன்னும் தெரியல...' என்றாள்.

'அப்ப, உங்கப்பா சாயங்காலம் இருப்பாரா? அவரோட நா பேச முடியமா?' என்று நான் கேட்டதுமே, 'அப்பாவையும் காணோம். எங்க போயிருக்காருன்னும் தெரியல...' என்றபடி மாலா மீண்டும் அழக் கிளம்பினாள். விசும்பல்களுக்கிடையேயும் அழுகை தேயத் தேய, கேவல்களுக்கிடையேயும் சொல்லிக் கொண்டே வந்தாள்.

நான்கு இரவுகளும் ஐந்து பகல்களுமாக பெற்றோர் இருவரையும் பற்றிய ஒரு தகவலும் இல்லாமல், தனியாக பூட்டிய வீட்டு வாசலில், படுத்து, உறங்கி, விழித்து, பள்ளிக்குப் போய், மீண்டும் அங்கேயே போய் வீட்டைத் தட்டிப் பார்த்துவிட்டு, அங்கேயே உட்கார்ந்து பாடங்களை எழுதி, உறங்கி, விழித்திருக்கிறாள்.

அம்மாவும் வரவில்லை அப்பாவும் வரவில்லை. கையில் காசும் இல்லை. பொதுத் தாழ்வாரத்தில் இருந்த சிறுமியை அண்டை வீட்டார் கூடவா கவனித்து விசாரிக்க மாட்டார்கள்? வேறுவித ஆபத்துகள் கூட சிறுமிக்கு ஏற்பட்டிருக்கலாமே என்று என் சிந்தனை அசுர வேகத்தில் நாலா திசையிலும் பாய்ந்தது.

பெற்றோர் இருவரும் தினமும் சண்டையிட்டுக்கொண்டு பல நாட்கள் பேசிக் கொள்ளாமலே இருப்பார்கள் என்றாள். குளிக்காம லேயே இருந்ததால்தான் அவள் மேல் நாற்றமடித்தது என்றும் சொல்லி முடித்தாள். உறவினர்கள் அல்லது நண்பர்கள் யாரையும் தெரியாதா என்று கேட்டதற்கு திருதிருவென்று சில கணங்கள் விழித்துவிட்டு இடவலமாகத் தலையை ஆட்டி இல்லையென்றாள்.

எட்டு வயதுச் சிறுமி கவனிப்பாரற்று நாலைந்து நாட்களாக பொதுத் தாழ்வாரத்தில் இரவு பகலாக இருந்திருக்கிறாள் என்பதைக்

கேட்டதும் வயிற்றிலிருந்து வேதனை கசப்பாகக் கிளம்பி தொண்டை வரை வந்து அடைத்தது. கூட்டி முழுங்கிக் கொண்டேன். அங்கேயே மாலாவை உட்காரச் சொல்லிவிட்டு, பள்ளி வளாகத்தை விட்டு விடுவிடுவென்று வெளியேறி நடந்தேன்.

அருகில் இருந்த அங்காடிக் கடையில் சோப்பு, சீப்பு மற்றும் தலைக்குத் தடவ எண்ணெய் வாங்கிக்கொண்டு, அங்கேயே அருகிலிருந்த துணிக் கடையில் மலிவு விலையில் மாலாவுக்கு ஒரு துண்டும், ஒரு உடுப்பு ஒன்றையும் வாங்கிக்கொண்டு வந்தேன்.

பள்ளியிலிருந்த குளியலறையில் மாலாவை முதலில் குளிக்கச் சொன்னேன். குளித்து உடை மாற்றிக் கொண்டவளிடம் தலைக்கு எண்ணெயைத் தடவி சீவிக்கொள்ளவும் சொன்னேன். அதன் பிறகுதான் மாலா, கொஞ்சம் பார்க்கும் நிலைக்கு வந்திருந்தாள்.

மீண்டுமொரு முறை அவள் வீட்டிற்குத் தொலைபேசச் சொன்ன போது, மாலாவின் அம்மா எடுத்தார். வீட்டிலேயே இருக்கச் சொல்லி, நாங்கள் வருவதையும் மாலாவைச் சொல்லச் சொன்னேன். இதற்குள் பள்ளியும் முடிந்துவிட்டிருந்தது. வகுப்பிலிருந்து பள்ளிப் பையை எடுத்துக்கொண்டு மாலா வந்ததும் கிளம்பி, அவர்களுடைய வீட்டிற்குப் போனோம்.

●

பத்துப் பன்னிரண்டு அடுக்ககங்களைத் தாண்டி நடந்தோம். எங்களைப் பார்த்ததுமே, மாலாவின் அம்மா, ‘என்னடி ஆச்சு? ஸ்கூல்ல ஏதும் பிரச்சனயா?’ என்று கேட்க ஆரம்பித்துவிட்டார். நடந்ததையெல்லாம் சொல்லச் சொல்ல ஆச்சரியத்தில் அப்படியே உட்கார்ந்துவிட்டார்.

‘உங்கப்பா உங்கிட்ட வீட்டுச் சாவிய கொடுக்கல? கொடுக்கச் சொன்னேனே... காசும் கொடுக்கலயா? நாலு நாளுமா வீட்டுக்கு வராம இருந்தாரு?’ என்று பலவாறாகத் தன் மகளைக் கேட்க ஆரம்பித்துவிட்டார்.

அப்போது மாலாவின் அப்பா வீட்டிற்குள் நுழையவும், ‘நாலஞ்சு நாளா எங்க போயிட்டீங்க? இவ கிட்ட சாவி கொடுக்கச் சொல்லி எஸ் எம் எஸ் அனுப்பினேன்ல... எங்க? அவ வீட்டுக்கா?’ என்று நான் அங்கிருப்பதைச் சட்டென்று மறந்தாற்போல பேசிக்கொண்டே போனார்.

‘நான், ‘ரொம்ப பிஸி, நீயே மாலாவுக்கு சாவி, காசு எல்லாம் குடு, நாலஞ்சு நாளைக்கி நா வீட்டுக்கு வரமாட்டேன்’ னு நானும்தானே

உனக்கு எஸ் எம் எஸ் அனுப்பினேன்? ஏன்? நீ ஊர் மேயலாம்னா நான் மேயக் கூடாதா? நீ எங்கடீ போயிருந்த... அதச் சொல்லு' என்று சண்டைக்கான அத்தனை அறிகுறிகளோடும் அவர் பங்குக்கு முனைப்புடன் கேட்டபடி துவங்கினார்.

நான் ஒருத்தி அங்கு நின்றிருப்பதையே இருவரும் மறந்து விட்டிருந்தனர். மாலாவின் இருப்போ, அவள் அனுபவித்த கஷ்டங்களோ, அவளுக்கு இருக்கக்கூடிய வேதனைகளோ பற்றித் துளியும் கவலையே படவில்லை இருவரும். யார் எங்கேயிருந்தார், யாருடன் இருந்தார், எதற்கு இருந்தார் என்று கேள்விக் கணைகளைத் தொடுத்துக்கொண்டு காரசாரமாக விவாதித்தனர்.

என் முகத்தையே பார்த்தபடி நின்றிருந்த மாலாவை நோக்கிக் கையசைத்தேன். செருப்பை மாட்டிக்கொண்டு கிளம்பிவிட்டேன்.

எவற்றைப் பற்றியெல்லாம் பேசலாம் என்று வந்திருந்தேனோ அவற்றையெல்லாம் வேறொரு சந்தர்ப்பத்தில் பார்த்துக் கொள்வோம் என்ற நினைப்புடன், அநாகரிகத்தின் உச்சியில் இருந்த அவர்களின் வாய்ச் சண்டையைக் காண முடியாததால் விடுவிடு வென்று நடந்தேன்.

கைத் தொலைபேசியை எடுத்து, 'தினேஷ், உன்னோட சாவி இருக்கா?' என்றதும், 'ஏம்மா திடீர்னு? சாவி எங்கிட்ட இருக்கே... இதோ, வீட்டு கிட்டயே வந்துட்டேன்...' என்றான்.

•

லண்டனில் நடந்த பெண்கள் சந்திப்பு மலர், 2005 அக்டோபர்

கடைசிக் கடிதம்

~

அன்புள்ள மதுரன்,

இக்கடிதத்தைப் படிக்கும்போது நீயும் உன் தம்பி தங்கையும் வளர்ந்து நன்றாகப் படித்துக் கொண்டிருப்பீர்கள். நான் விழைவதும் அதுவே. உலக சரித்திரத்தில் இல்லாவிட்டாலும், உன் வாழ்க்கை வரலாற்றில் இடம் பிடிக்கப் போகும் இந்தக் கடிதம் இன்னும் ஏழு வருடத்திற்குப் பிறகு உன்னுடைய இருபத்தியோராவது வயதில் உனக்கு படிக்கக் கிடைக்கும். அப்படிதான் என் அக்காவிடம் நான் வேண்டிக் கொள்ளப் போகிறேன்.

விடைகளில்லாக் கேள்விகளால் குழம்பும் உனக்கு விடைகள் மட்டுமன்றி என் இப்போதைய செயல்களுக்கான நோக்கங்களும் விளக்கங்களும் கிடைக்கவேண்டும் என்றே முடியும்போதெல்லாம் எழுதுகிறேன்.

சில மாதங்களுக்கு முன்பிருந்த சுறுசுறுப்பு கூட இப்போதெல்லாம் இல்லை மது எனக்கு. வெகுசீக்கிரமே மிகுந்த களைப்பு வந்து அழுத்துகிறது. அடிக்கடி பிளந்த தோலைப் போன்ற விநோத வாய்ப்புண் வருகிறது. மூக்கிலிருந்து அவ்வப்போது ரத்தம் வடிவதும் உண்டு. பயங்கள் நீங்கி நிதர்சனத்தை மனம் ஏற்று பக்குவப் படப் பட உடலுபாதைகள் மூச்சு விடுவதைப்போல என்னில் இயல்பாகி விடத் துவங்கியிருக்கின்றன. இருந்தாலும்,

சோர்ந்து சோர்ந்து படுக்கும் என்னைப் பார்க்கும் போதெல்லாம் அக்கறையும் அலுப்பும் கலந்த வார்த்தைகளாலும் பார்வைகளாலும் மயூரனும் மஞ்சுவும் 'என்ன?'வென்று கேட்கும்போது சொல்ல முடிவதில்லை.

உன் பார்வையில் மட்டும் எப்போதும் ஒரு சலிப்பும் கடுகடுப்பும். உன் வயது அப்படி. புரிகிறது எனக்கு. சின்னச் சின்ன ஆசைகள் பூர்த்தியாகாமல், எப்போது பார்த்தாலும் அழுது வடிந்துகொண்டு நோயாளியாய் அம்மா இருந்தால்... ஒரு நவீனப் பதின்பருவத்து மகன் வேறு எப்படி என்னைப் பார்ப்பான்? இருந்தாலும், ‘அம்மா’ என்று முதன்முதலில் அழைத்து என்னைப் பூரிப்பில் ஆழ்த்திய என் தலைமகனான உன் ஆறுதல் வார்த்தைக்கு என் மனம் கிறுக்குத்தனமாக ஏங்குவது என்னவோ உண்மை.

●

தினமும் கிளம்பி அலுவலகத்துக்குப் போகிறேன். இருப்பினும், முன்புபோல ஈடுபாட்டுடன் கணக்கு வழக்குகளைச் செய்ய முடியவில்லை. தவறுகள் ஏற்படாமலிருக்கதான் அதிகப் பிரயத்தனங்கள் தேவைப்படுகின்றன. மயூரனும் மஞ்சுவும் இன்னமும் தொடக்கப் பள்ளியில்தான் படித்துக் கொண்டிருக்கின்றனர். இருவரையும் உன் பொறுப்பில் விட்டுவிட்டுச் செல்வதை நினைத்தால் வழக்கமாக நான் உட்கொள்ளும் சொற்ப உணவும் உட்செல்வதில்லை.

உங்கள் மூவருக்கும் விஷயம் தெரிந்துவிடுமோ என்று ஒவ்வொரு நாளும் எனக்கு பயம். சில வேளைகளில், உங்களிடம் பக்குவமாகச் சொல்லிப் புரிய வைப்பதே நல்லதோ என்றும், உங்களுக்கு விரைவில் வரவிருக்கும் என் மரணத்தை எதிர்கொள்ள நான் செய்யும் உதவியாகவே அது இருக்குமோ என்றும் பலவாறாக பல முறை யோசித்துக் குழம்புகிறேன்.

மூத்தவனான உன்னிடம் மட்டும் விஷயத்தைச் சொல்லிவிட்டால் என்ன என்று முதலில் யோசித்தேன். என் நிலையை அறிந்தால், ஒரு வேளை, முரட்டுத்தனத்தையெல்லாம் குறைத்துக்கொண்டு, நீ இன்னும் முனைந்து படிப்பாயோ என்ற சின்ன நம்பிக்கை கூட துளிர்க்கும் மனதில். ஆனால், ஒரு வருடமாய் அப்பா எங்கே என்று கேட்டு நச்சரித்து, சமீபமாக மறந்திருந்த உன்னிடம், இதையும் சொல்லி, உன்னைக் கவலையில் தள்ள வேண்டுமா என்று யோசனைச் சங்கிலியின் இறுதியில் தோன்றிவிடும் எனக்கு.

அப்பா வீட்டை விட்டுப் போன ஒரு வருடமாகதான் நீ படிப்பில் முன்பை விட அதிக விட்டேற்றியாக இருக்க ஆரம்பித்திருக்கிறாய். என் நிலையை அறிந்து நீ திருந்தினால் நல்லது. வேறு விதமாக மனதளவில் நீ பாதிப்படைந்துவிட்டாலோ என்ற பயம்.

●

ஒரு வருடத்திற்கு முன்பு, ஒரு நாள், 'இதோ வரேன்' என்று சொல்லி விட்டுப் போனவர்தான் உன் அப்பா. மூன்று நாட்களாகியும் திரும்பவேயில்லை. ஒன்றுமே புரியாமல், அவர் ஆபீஸுக்குத் தொலைபேசி விசாரித்தேன். நான்கு நாட்களாகியும் வரவில்லை என்றும் அவரிடமிருந்து ஒரு தகவலும் இல்லையென்றும் சொன்ன போது வேறு வழியில்லாமல் காவல் துறைக்குச் சென்று புகார் கொடுத்து விடலாமென்று முடிவெடுத்தேன்.

மறுநாள், காவல் நிலையத்துக்குக் கிளம்பிக் கொண்டிருந்தபோது தான் வீட்டுத் தொலைபேசி அடித்தது. உன் அப்பாவின் குரலைக் கேட்டதும், 'எங்கயிருந்து பேசறீங்க?' என்ற என் கேள்விக்கு பதில் சொல்லாமல், 'கவிதா என்ன மன்னிச்சுடு. எனக்கு வேற வழியே தெரியல. ரொம்ப கொழப்பத்துல இருக்கேன். உன்னையும் கொழந்தைகளையும் விட்டுட்டு எப்படி வரதுன்னு ரெண்டு நாளா யோசிச்சேன். சிங்கப்பூர்ல இருக்கறப்பவே உனக்கு ஃபோன்ல பேசிட துடிச்சேன். துணிவில்லாம மனசக் கல்லாக்கிக்கிட்டு...' என்றபடி மறுமுனையில் அவர் பேச முடியாமல் அழுதபோது எனக்கு வயிற்றினுள் முடிச்சு முடிச்சாக பயப் பூச்சிகள் நெளிந்தன.

'ஏன்? என்னாச்சு? எதாயிருந்தாலும்...' என்று நான் சொன்னபோது, என் குரலே எனக்கு அந்நியமாகப் பட்டது. ஏதோ சரியில்லை என்று மட்டுமே உணர முடிந்தது. மேலே பேச விடாமல், 'கவிதா, ரொம்ப ஸாரி... எனக்கு எய்ட்ஸ்னு உறுதியாயிடுச்சு. வேல விஷயமா 'பாதாம்' (Batam) போனப்ப... அந்த விவரமெல்லாம் இப்ப எதுக்கு... இன்னும் ஒரு வருஷமோ இல்ல... என்னோட மரணம் எனக்கு ஒரு பொருட்டில்ல. ஆனா, உனக்கும் நோயைக் கொடுத்திருப்பேனோன்ற சந்தேகம்தான் அரிக்கிது, எனக்கு பயமாயிருக்கு... நீயும் ப்ளட் டெஸ்ட் பண்ணிக்கோ...' என்று மளமளவென்று சொல்லிவிட்டு துண்டித்துவிட்டார்.

திடீரென்று உலகத்தையே புரட்டிப் போட்டாற் போன்ற பேரதிர்ச்சி! அன்று பள்ளியிலிருந்து திரும்பிய பிறகு நானிருந்த நிலையைப் பார்த்து நீ என்னிடம் 'என்னம்மா'வென்று கேட்டாய். நம் வாழ்க்கையையே தலைகீழாக மாற்றியமைத்த அந்த நாள் உனக்கு நினைவிருக்க வழியில்லை.

'எய்ட்ஸா..? அவருக்கா..?' என்று சுழன்று சுழன்று மனதில் அடித்துக் கொண்டிருந்த கேள்விகள் சில நிமிடங்களில் அடங்கியபோதுதான், அப்படிப் பொறுப்பற்று நம்மை விட்டு விட்டு ஓடியதை நினைத்து சூழ்நிலையின் மேல் வெறுப்பும் கோபமும் உண்டாகி, குபீரென்று அழுகையாகப் பீரிட்டது. கஷ்டமோ நஷ்டமோ, இருந்து சேர்ந்து

படுவோம் என்றில்லாமல் அதென்ன ஓடிப்போவது? நல்ல கணவனாகவும் தந்தையாகவும் இருந்தவர் எப்படி அப்படி விட்டு விட்டு ஓடினார்? என்னால் நம்பவே முடியவில்லை. அவரா விலைம களிடம் போய் நோயையும் வாங்கிக்கொண்டார் என்றெல்லாம் ஏனோ ஆராயத் தோன்றவில்லை.

●

என் குழந்தைகளுக்கு நானாவது இருக்கிறேனே என்று நினைத்துக் கொண்டு சகஜ நிலைக்குத் திரும்பிவிடவே நினைத்தேன். ஓரிரு தினங்களில் உன் அப்பா வேலை செய்த நிறுவனம் கணக்கைத் தீர்த்து அவரின் கடைசி மாதச் சம்பளத்தை வங்கிக் கணக்கில் போட்டிருந்தது.

மது, உன் அப்பாவுடன் கழித்த மகிழ்ச்சியான நாட்கள் அரைத் தூக்கத்திலிருக்கும்போது என் நினைவில் இப்போதெல்லாம் அடிக்கடி வருகின்றன. அவர் இருந்தவரை நம்மிடமெல்லாம் மிகவும் அன்பாகதான் இருந்தார். ஆனால், அவருக்கு நாமும், நமக்கு அவரும் அதிக தேவை என்ற நிலை ஏற்பட்டபோது அவர் ஏன் விட்டு விட்டு ஓடிவிட்டார் என்பதுதான் இன்று வரை எனக்குப் புரியாத புதிர். சூழ்நிலையின் சதிதானோ?

அடுத்து வந்த நாட்களில் நீங்கள் மூவரும் ‘அப்பா எங்கேம்மா?’ என்று திரும்பத் திரும்பக் கேட்ட போதெல்லாம் வேலை விஷயமாக வெளியூருக்குப் போயிருப்பதாகச் சொல்லிச் சமாளிக்க முயன்றேன். ‘ஃபோனே பண்ணலயா?’ என்று கேட்ட உனக்குதான் பதில் சொல்ல முடியாமல் தடுமாறினேன். ‘ஏம்மா அழுவறீங்க?’ என்று முகத்தைப் பரிதாபமாக வைத்துக்கொண்டு தன் நுனி விரல்களில் என் முகவாயைத் தாங்கி மஞ்சு கேட்டபோதும், ‘அம்மாக்கு ஜலதோஷம்டா’ என்று பொய் சொன்னேன்.

எங்கே போயிருக்கப் போகிறார்? பிறந்து வளர்ந்த ‘ஈபோ’விற்குதான் போயிருப்பார். கொஞ்சம் முயற்சித்தாலே கண்டுபிடித்து விட்டிருக்கலாம். ஆனால், உதறிவிட்டு ஓடியவரைக் கண்டுபிடித்து என்ன செய்ய? அவருடைய உடைகளையும் பொருட்களையும் பார்க்கப் பார்க்க அடக்க முடியாமல் என் உணர்ச்சிகள் கொப்பளித்தன. எல்லாவற்றையும் கண் காணாமல் தூக்கி அலமாரியில் உயரே வைத்தேன்.

●

அடுத்த வாரமே என்னுடைய உதிரப் பரிசோதனையின் முடிவு தெரிய வந்தது. எனக்குத் தொற்றியிருக்காது என்று நான் மிகத் திடமாக

நம்பியதாலோ என்னவோ, எனக்கும் ‘ஹெச் ஐ வீ’ கிருமி இருப்பது உறுதியான அச்செய்தி இடியாக என்னில் இறங்கியது. இனி என்ன? மரணத்தின் வரவை எதிர்நோக்கி நிற்கவேண்டியதுதானா? பிறந்த வருக்கெல்லாம் மரணம் எப்படியும் நிச்சயம். ஆனால், அதன் பிறகு என் குழந்தைகளின் கதி? சாலை விபத்தில் கூட என் உயிர் போகலாம், அப்போதும்தான் மூவரும் நிர்க்கதியாக நிற்பீர்கள் என்றெல்லாம் நினைத்துக்கொண்டபோது என் நிலையை எண்ணி என்னுள் ஏற்பட்டிருந்த கழிவிரக்கம் மெதுவாகக் கரைந்தது.

‘சிவப்பணுக்களின் எண்ணிக்கை (CD4 count) ஐநூறுக்கும் குறைவாய் இருந்தாலே எய்ட்ஸ் என்று உங்களுக்கு தெரிந்திருக்கும். உங்களுக்கு முன்னூறுக்கும் குறைவாக இருக்கு. இருநூறுக்குக் குறையும்போது நோய் முற்றிய நிலையை அடையும். அந்நிலையை அடைவதை மருந்து மாத்திரைகளின் உதவியால் தள்ளிப் போடுவது ஒன்றே தீர்வு...’ என்று விளக்கிக் கூறினார் மருத்துவர். ‘நாங்க உங்களுக்கு கௌன்ஸிலிங்குக்கும் ஏற்பாடு செய்வோம்’ என்று சொல்லி முடித்தார். அன்றுதான் மது, நீயா நானா என்ற மரணத்துடனான எனது போட்டி துவங்கியது.

நம் குடும்பப் பொருளாதார நிலையை அறிந்த மருத்துவர் முதல் ஆறு மாதங்களுக்கு ‘மருந்து பரிசோதனை’க்காக (drug trial) என்னைப் பரிந்துரைத்தார். செலவில்லாமல் ஓடியது. அதன் பிறகு, ஒரு மாதத்திற்கு எழுதிக் கொடுத்த மாத்திரைகளுக்கான செலவு என்னுடைய இரண்டு மாதச் சம்பளத்தை வைத்தால் மட்டுமே வாங்க முடியும். மருந்து வாங்குவதே முடியாத நிலையில், மூன்று மாதத்திற்கு ஒரு முறை கிருமியின் எண்ணிக்கை எந்தளவில் இருக்கிறது என்று சோதித்தறிய வேறு செலவு செய்வது எப்படி? அதற்கு ஒரே ஒரு முறை போனேன். அதன் பிறகு போகவில்லை. அந்தப் பணத்திற்கு வரிசையாய் செலவுகள் இருந்தனவே...

●

போன மாதம் உன் சைக்கிள் பழையதாகிவிட்டது என்று சொல்லி புதியதாய் வாங்கவேண்டுமென்று அடம் பிடித்தாய். நான் மறுத்ததற்கு முதன் முறையாக என் முகத்தைப் பார்த்து கோபமும் அழுகையுமாகக் கத்தினாய். எனக்கும் வாங்கித் தரதான் ஆசை. ஆனால், மாதா மாதம் மின் கட்டணம், மளிகை, பேருந்து, ரயில் கட்டணச் செலவுகள் என்று நீளமாய் வீட்டுச் செலவுப் பட்டியல். உங்களின் படிப்புச் செலவுகள் தவிர்க்க முடியாததாயிருந்தது.

இரண்டு சம்பளத்தில் நடத்திய குடித்தனம் திடீரென்று ஒரு சம்பளத்தில் நடக்க வேண்டுமென்றால், முழி பிதுங்கியது.

சேமிப்பில் இருந்த தொகை குறையக் குறைய என்னில் இருந்த பாதுகாப்பின்மை எகிறியபடியே இருந்தது. அப்போதுதான், ஒவ்வொரு நகையாக விற்க ஆரம்பித்தேன்.

என் உடல் எடை குறைய ஆரம்பித்தது. உடுப்பில் இருவர் நுழைந்து விடும் அளவுக்கு எலும்புமேல் போர்த்திய தோலாய் ஆகியிருந்தேன். அப்படிதான் இருக்குமென்று மருத்துவர் சொல்லிவிட்டிருந்ததால், மனதளவில் தயாராகியிருந்தேன் என்று வைத்துக் கொள். புதிதாய் உடைகளுக்குச் செலவு செய்யாமல் இருந்தவற்றையே கொஞ்சம் பிடித்துப் போட்டுக்கொண்டேன்.

'நிமோனியாவோ டீபீயோ வந்தால், நோய் முற்றிய நிலையாக இருக்கலாம். உடனே மருத்துவமனைக்கு வந்து விடுங்கள்' என்றும் சொல்லியிருந்தார் மருத்துவர்.

மீண்டும் என்னை மருந்து பரிசோதனைக்காகப் பரிந்துரைக்கும்படி மருத்துவரிடம் வேண்டினேன். அதற்கும் என்முறை வர காத்திருக்க வேண்டியிருந்தது. கிடைத்தால், மீண்டும் ஒரு ஆறு மாதத்திற்கு ஆயுளை நீட்டிக்கலாம். குறைந்தபட்சம் குழந்தைகளுக்காகவாவது உயிரைக் கையில் பிடித்துக்கொண்டு இருக்க வேண்டியிருந்தது. நோயுடனான போராட்டம் என் மனதையும் பலவீனப்படுத்தியபோது அறைக்குள் ரகசியமாக அழுதேன்.

யாரிடமாவது சொல்லி வெளிப்படையாக அழலாமென்றாலும் முடியவில்லை. அதை மட்டும் தவறியும் செய்து விடலாகாது என்று என்னுள் சத்தியப் பிரமாணமே எடுத்திருக்கிறேன். எனக்கு இருக்கும் நோய் பற்றி யாருக்குமே தெரியாது. அக்கம் பக்கத்தாருக்கும்தான். ஒருவருக்குத் தெரிந்தால், ஊருக்கே தெரிந்தாற்போலதான். வட்டாரத்தில் வம்புகள் பரவும் வேகத்தில் சுமத்ரா காட்டுத் தீ தோற்றது. பிறகு அண்டை அயலிலும், பள்ளியிலும் உங்களை ஒதுக்க ஆரம்பித்து விடுவார்களே.

'மூவரும் வளர்ந்து பெரியவர்களாகும் முன்பே காலன் என்னைக் கொண்டுபோய் விடுவானோ... அதன் பிறகு உங்களின் கதி...' என்றெல்லாம் நினைக்கும்போது பைத்தியமாகி விடுவேனோ என்று பயந்தேன். எய்ட்ஸ் நோயாளிகளை உலகத்தார் பார்க்கும் பார்வையில் இன்னமும் முதிர்ச்சி வந்திருக்காத நிலையில், எனக்கு ரகசியத்தைக் காப்பதைத் தவிர வேறு வழியுமிருக்கவில்லை மதுரன்.

●

இரண்டரை வருடங்களுக்கு முன்பு நடந்தது. அன்று நடந்தது எதுவும் உனக்குத் தெரியாது. மூவரும் பள்ளியில் இருந்த நேரம். மணமாகி

பதினொரு வருடங்களாகக் குழந்தைப் பேறு இல்லாத ஒன்பது வயது மூத்த என் அக்கா மல்லிகா தயங்கித் தயங்கிக் கேட்டாளே, எப்படி எடுத்தெறிந்து பேசிவிட்டேனே என்றெல்லாம் பலவாறாய் அடிக்கடி என் யோசனை விரிகிறது.

'கவிதா, உனக்கு ரெண்டு மகன்கள் இருக்கறாங்க. மயூரன மட்டும் எனக்கு கொடு. நான் சிறப்பா அவன வளர்ப்பேன். உன்ன விட பலமடங்கு வசதியிருந்தும் ஒரு கொழந்தை இல்லாம சூன்யமாயிருக்கு எனக்கு வாழ்க்கை...' என்றவளிடம், 'அக்கா, எப்படிக்கா உனக்கு இப்படி கேக்க முடியுது... பத்து கொழந்தையிருந்தாலும், ஒரு அம்மாவுக்கு ஒரு கொழந்தைய தூக்கிக் கொடுக்க மனசு வருமா? மன்னிச்சுடுக்கா. வேற எதாச்சும் பேசுவோம்' என்று பட்டென்று சொல்லிவிட்டு எழுந்து போனேன்.

என்னிடம் கேட்க நினைத்து ஒரு வருடம் ஆனதையும், எப்படிக்கேட்க என்று குழம்பியதையும் பற்றியெல்லாம் அக்காவின் விசும்பல்களினூடே சொல்லிக்கொண்டே போனார் பெரியப்பா உன் அப்பாவிடம். அதற்கு உன் அப்பாவும் சமாதானமாக ஏதேதோ சொன்னார். அறைக்குள்ளிருந்த எல்லாமே எனக்கும் தெளிவாகக் கேட்டது.

சில மாதங்களிலேயே இந்தியாவிலிருந்து இரட்டைப் பெண் குழந்தைகளை தத்தெடுத்து வளர்க்க ஆரம்பித்து விட்டார்கள். சில மாதங்களேயான குழந்தைகள் அக்கா குடும்பத்தில் மிகவும் நல்ல முறையில் ஒட்டிக்கொண்டு விட்டதாகவும் ஆரோக்கியமாக வளர்வதாயும் செவி வழித் தகவல்கள் தெரிவித்தன.

உள்ளூரிலிருந்துகொண்டே அக்கா என்னுடன் பேசுவதையோ என்னைப் பார்க்க வருவதையோ நிறுத்திக் கொண்டாள். நானும் தொடர்பேயில்லாமல் கிட்டத்தட்ட இரண்டு வருடங்களைக் கழித்துவிட்டேன். 'பெரியம்மா' என்ற பேச்சை உங்களில் யாரேனும் எடுக்கும்போதும் மழுப்பிச் சமாளித்தேன்.

அன்று சுமுகமாகப் பேசியிருந்தால், அவள் கேட்டபடி மயூரனை அவளிடம் கொடுத்திருந்தால், எதிர்காலத்தில் உங்களிருவருக்கும் ஒரு பாதுகாப்பான குடும்பம் அமைந்திருக்குமே என்ற சுயநலம் தோய்ந்த எண்ணத்தை இப்போதெல்லாம் தவிர்க்க முடியவில்லை. நான் பெற்ற குழந்தைகளுக்கு அம்மாவாக நிரந்தரமாக இவ்வுலகில் இருக்கப் போகிறேன் என்ற நினைப்பில் அன்று பேசிவிட்டதைப் போலவும், அதற்காகவே தெய்வங்கள் எனக்குப் படிப்பினை கற்றுக் கொடுப்பதைப் போலவும் விசித்திர எண்ணங்கள் தோன்றுகின்றன.

அக்கா என் நிலையை அறிந்தாலே பொருளாதார உதவிகள் செய்வாள். ஆனால், என் மனம் வேண்டியது அதல்ல. சமீபமாக ஒரே உறவான அக்காவைப் பார்க்க மட்டுமே என் மனம் ஏங்கியது. மரணம் வீட்டுக் கதவை எப்போது வேண்டுமானாலும் தட்டும் என்றிருந்த நேரத்தில், ஆறுதல் ஒன்றை மட்டுமே வேண்டிதான் அக்காவை நினைத்துக்கொண்டேன். ஆனால், அவளைப் பார்த்தால் நிச்சயம் என்னையறியாமல், என் நோயைப் பற்றிச் சொல்லிவிடுவேன் என்றுதான் பயந்தேன்.

அதற்காக அக்கா ஒன்றும் என்னை வெறுத்து ஒதுக்க மாட்டாள் என்றாலும் 'செய்தி' மெதுவாக செய்தி பரவி விடும் என்றும், எதிர்காலத்தில் என் குழந்தைகள் அதனால் பாதிப்படைவார்களே என்றும்தான் மிகவும் கவலையாக இருந்தது. அக்காவைப் பற்றிய நினைப்பு வரும்போதெல்லாம் வலுக்கட்டாயமாக சிந்தனையை மற்றவற்றில் செலுத்துகிறேன்.

●

இரண்டு வாரங்களுக்கு முன்பு மஞ்சுவுக்கு வாய்ப் புண் வந்திருந்தது. பார்த்தபோது அதிர்ந்தேன். குழந்தைகளுக்கும் நோய் வந்துவிடுமா என்று பயந்து பதறிய என்னிடம் நீ கூட, 'ஏம்மா ஒரு வாய்ப் புண்ணுக்கு இவ்வளவு ஃபஸ் பண்றீங்க?' என்று கோபமாகக் கேட்டாயே. பக்கத்தில் இருந்த மருத்துவரிடம் அவளைக் கூட்டிக் கொண்டுபோய்க் காட்டிக் கேட்டேன். சாதாரண புண்தான் என்று சொன்னார். அப்போதுதான் மனம் கொஞ்சம் சமாதானமடைந்தது.

அன்றிலிருந்துதான் வேலை விஷயமாக உன் அப்பா பாதாம் தீவுக்குப் போக ஆரம்பித்தது எப்போது என்று யோசித்து யோசித்துக் குழம்பி களைத்தேன். அதை எப்படியாவது அறிந்துகொள்ளத் துடித்தேன். உனக்கும் மயூரனுக்கும் ஹெச் ஐ வீ கிருமி இருக்க வழியில்லை. ஏனென்றால், உன் தம்பி மயூரன் பிறந்து பாலர் பள்ளி போகும் வரை அவர் உள்ளூரிலேயேதான் வேலை பார்த்துக் கொண்டிருந்தார். அது நன்றாக நினைவிருக்கிறது.

ஆகவே, மஞ்சுவைப் பற்றிதான் கவலை எனக்கு. அவள் பிறக்கும் முன்பே போக ஆரம்பித்துவிட்டார் என்று சில நேரங்களிலும், வேறு சில நேரங்களில் அவள் பிறந்த பிறகே போக ஆரம்பித்தார் என்றும் தோன்றியபடியிருக்கிறது. பயத்திலும் குழப்பத்திலும் சரியாக யோசிக்கும் மனநிலையை இழந்துவிட்டாற் போலிருக்கிறது.

உறுதியாகத் தெரிந்துகொள்ள போன வாரம்தான் அவர் வேலை பார்த்த அலுவலகத்திற்குப் போய் கேட்டேன். கோப்புகளைப்

பார்த்துச் சொல்வதாகச் சொல்லியிருக்கிறார்கள். நாளை போக வேண்டும். மஞ்சுவுக்குக் கிருமி இருக்கும் சாத்தியமேயில்லை என்றறிந்த பிறகுதான் கொஞ்சமேனும் நிம்மதி ஏற்படும். என் இறப்பிற்குப் பிறகு நிச்சயம் அக்கா என் குழந்தைகளைப் பார்த்துக் கொள்வாள் என்ற நம்பிக்கை மட்டுமே மீதமிருக்கிறது.

ஒருநாள் மயூரனுக்குப் பள்ளியில் அடிபட்டதாக தொலைபேசியில் அழைத்துச் செய்தி சொன்னபோது அலறியடித்துக்கொண்டு ஓடினோமே, அன்று ரத்தசேதம் அதிகமென்றும் உடனே ரத்தம் ஏற்ற வேண்டியிருக்கும் என்றும் சொன்னார் மருத்துவர். 'அம்மா, உங்க க்ரூப் 'ஏ' பாஸிடிவ்தானே? நீங்களே ரத்தம் குடுத்துடுங்கம்மா...' என்று கவலையுடன் நீ சொன்னதும் திருடனுக்குத் தேள் கொட்டியதைப் போலானது எனக்கு. உனக்கு என்ன பதில் சொல்வேன்?

மருத்துவரைத் தனியாகக் கூப்பிட்டு, விளக்கியதும், வெளியிலிருந்து ரத்தம் வருவித்து ஏற்றினார்கள். மயூரனுக்கு வேண்டிய ரத்தம் கிடைக்கும் வரை என் உயிர் என்னிடமில்லை. அன்றிலிருந்தே நீ என்னை, 'சீ, நீயெல்லாம் ஒரு அம்மாவா?' என்ற இடித்துரைக்கும் பார்வை பார்க்கத் துவங்கி விட்டிருந்தாய். என் நிலையையறிந்தால் குற்றம் சாட்டியிருக்க மாட்டாயோ என்னவோ... ஆனால், பயந்து ஒதுக்கியிருந்தாலும் ஆச்சரியப்பட்டிருக்க மாட்டேன்.

•

போன வாரம் நள்ளிரவில், தொலைபேசி அலறியது. எடுத்தால், உன் அப்பா இறந்துவிட்டார் என்ற செய்தியை எனக்கு முன்பின் பரிச்சயமில்லாத ஒருவர் தெரிவித்தார். மேற்கொண்டு விவரங்கள் கேட்குமுன்னார் ஃபோனை வைத்தும் விட்டார். சில நிமிடங்களுக்கு ஒன்றுமே புரியவில்லை. கண்கள் கலங்கிய நிலையில் உட்கார்ந்து விட்டேன். அறைக்குள் எட்டிப் பார்த்தால், நீங்கள் மூவரும் ஆழ்ந்து தூங்கிக் கொண்டிருந்தீர்கள். நான் மட்டும் கிளம்பிப் போவதா, இல்லை பேசாமல் போகாமலே இருந்துவிடுவதா என்று ஒரே குழப்பம்.

பிள்ளைகளிடம் செய்தியைச் சொல்வதா? எப்படிச் சொல்ல? நோயினால் இறந்ததை உள்ளூரில் தெரிந்தவர்கள் அறிய வழியில்லை. அந்த வகையில் அவர் எங்கேயோ போய் இறந்தது என் குழந்தைகளுக்கு நல்லதுதான். ஆனால், நான்? நான் என்ன செய்யப் போகிறேன்... நானும் ஓடிப்போய் வேறு ஊரிலா இறக்க முடியும்? இல்லை, என் இறப்புக்கு வேறு காரணங்கள் ஏற்படுத்தும் வகையில் தற்கொலை செய்துகொண்டு விடுவதா? உடல் உபாதைகளைக்

காட்டிலும் மனப் போராட்டம்தான் எனக்கு மிகுந்த சோர்வைத் தருகின்றது மதுரன்.

தகப்பனின் இறப்பைப் பிள்ளைகளிடம் சொல்வதா வேண்டாமா என்று குழம்பும் என் நிலை வேறு எந்த ஒரு தாய்க்கும் எப்போதும் வரக்கூடாது மதுரன். சொல்லியிருந்தால், நிச்சயம், நீ பல கேள்விகள் கேட்டிருப்பாய். போவோமே, எப்படி இறந்தாரென்றெல்லாம் நிறைய கேட்டிருப்பாய். அப்படியெல்லாம் எனக்கு இக்கட்டு ஏற்படக் கூடாது என்றுதான், உன் அப்பாவும் செய்தி சொன்னவரிடம் முன்கூட்டியே தெரிவித்திருக்கிறார் என்று யூகித்தேன்.

●

இன்று என் நிலை மோசமாக இருக்கிறது மதுரன். கிருமிகளின் எண்ணிக்கை என் ரத்தத்தில் ஏறியிருந்தது உதிரப் பரிசோதனை செய்யாமலேயே எனக்கு உணர முடிகிறது. மதியத்திற்கு மேல், உன்னை விட்டு அக்காவுக்குத் தொலைபேசலாமா என்று தீர்மானிக்கப் போகிறேன். இன்னும் சில மணிநேர நம்பிக்கை. முன்னேற்றம் தெரிந்தால், வெற்றி என்பக்கம்.

மஞ்சு பிறந்து ஏழு மாதத்திற்குப் பிறகுதான் அந்த ‘கான்டிராக்ட்’ நிறுவனத்திற்கு வந்ததென்று ஃபோனில் சொல்லிவிட்டார்கள். மஞ்சுவுக்கு கிருமி இருக்க வழியேயில்லை என்று அறிந்துகொண்டு விட்டேன். அதுவே எனக்கு தெம்பைக் கொடுக்கலாம்.

‘எனக்கு கிருமி இருக்குமோ?’ என்ற சந்தேகத்துடனேயே வாழ்க்கையை நீங்கள் மூவரும் எதிர்கொள்ளக் கூடாது என்ற ஒரு எண்ணம் ஒருபுறம்... சமூகம் ‘இவனுக்கும் கிருமி இருக்குமோ?’ என்று உங்களைப் பார்க்கக் கூடாது. பலவிதமான வளரும் வலிகளோடு இவ்வகை வலிகளும் சேராமலிருக்கவே இத்தனையும். எப்போதும்போல, இந்த நொடியிலும் நான் உங்கள் மூவருக்கும் நிறைந்த ஆரோக்கியம் மற்றும் இழப்புகளைத் தாங்கும் ஆத்மபலம் வேண்டி பிரார்த்திக்கிறேன்.

நீ கேட்கலாம், திடீரென்று இப்போது ஏன் இவற்றையெல்லாம் என்னிடம் சொல்லவேண்டும் என்று. அப்போது சொல்லாதது சிறுவயதிலேயே உனக்கு வாழ்க்கையில் நம்பிக்கையில்லாமல் போய்விடக் கூடாது என்பதற்கு. இப்போது உனக்குப் படிக்கக் கொடுப்பது, வாழ்க்கை எத்தகைய சவால்களைக் கொண்டது என்று அறியவேண்டிய பருவத்தை நீ அடைந்துவிட்டதால்.

ம்ஹூம், இல்லை மது... எனக்கு முடியவேயில்லை. நல்லவேளை, நீ இன்று சீக்கிரமே பள்ளியிலிருந்து திரும்பி விட்டாய். மயூரனையும் மஞ்சுவையும் இன்னும் காணோம். செவிகள் அவர்களின் வருகையைச் சொல்லும் சின்னச்சின்ன அரவங்களை எதிர்ப ார்த்திருக்கின்றன.

ஒருக்களித்துப் படுத்துக்கொண்டே எழுதவும் முடியவில்லை. வேறு வழியில்லை. இப்போதே முடிக்கிறேன் கடிதத்தை. இதோ, உன்னைக் கூப்பிட்டு பெரியம்மாவைத் தொலைபேசியில் அழைக்கச் சொல்லப் போகிறேன். இவ்வரிகளை மிகவும் சிரமத்துடனேயே எழுதிக் கையெழுத்திட்டு முடிக்கிறேன்.

அன்புடன்,
அம்மா.

பி.கு - மயூரனுக்கும் மஞ்சுவுக்கும் அவர்கள் இன்னும் வளர்ந்த பிறகு இக்கடிதத்தைப் படிக்கக் கொடுக்கவும்.

நான் அவனில்லை

~

அதிக நிறுத்தங்கள் இல்லாமல் தம்பனீஸிலிருந்து ஈஷுனுக்கு விரைந்து செல்லும் பேருந்தில் ஏறினாள் மீனா. கவிதா பள்ளியிலிருந்து வந்திருப்பாள் என்று நினைத்துக்கொண்டே நின்றவளுக்கு அடுத்த நிறுத்தத்திலேயே உட்கார வாகாய் இடம் கிடைத்தது. அருகில் உட்கார்ந்திருந்த சீனர் 'பீயர்' குடித்திருந்தார் என்று அவளின் நுகர்புலன் பளிச்சென்று கிரகித்த செய்தியை மூளை சொன்னது. ஐந்து வருடங்களுக்கு முன்பென்றால், உட்காராமல் நின்றுகொண்டே பயணித்திருப்பாள். சென்ற சில வருடங்களில் வீட்டிலேயே மேற்படி வாடைகள் வாடிக்கையானதில் அவளுக்கு பழகி வெறுப்பு விடைபெற்று விட்டிருந்ததோ... யோசிக்கும்போது ஆச்சரியமாகவும், ஏன் சிரிப்பாகவும் கூட இருந்தது.

திறந்த வெளிச் சாப்பாட்டுக் கடைகளில் கூட குடிக்கும் மற்ற இனத்தவர் பெரும்பாலும் கலாட்டாக்கள் செய்வது இல்லை. கடந்து செல்லும்போது சில இந்தியர்களின் ஆர்ப்பாட்டங்களை கவனிக்க நேர்ந்தால், கூனிக் குறுகிதான் போவாள் மீனா.

கைப்பையிலிருந்து செல்பேசியை எடுத்து வீட்டிற்குத் தொலைபேசினாள். பலமுறை

அடித்த பிறகுதான் கவிதா, 'ஹலோ, அம்மா, இப்பதாம்மா வீட்டுக்குள்ள நொழஞ்சேன். உடனே நீங்க ஃபோன் அடிச்சிட்டீங்க...' என்றாள் உற்சாகமாய். 'சாப்டியா? நாளைக்கி என்ன கணக்கா? ரூமுக்குப் போய் படிம்மா, ம், சரியா...' என்று சொல்லி முடித்துத் துண்டித்தாள். சாப்பாட்டின் நினைவு பசியை அதிகப்படுத்தியது.

அடடா, அப்பா வந்துவிட்டாரா என்று கேட்க மறந்து போனோமே என்று தோன்றியது. வந்துதானிருக்க வேண்டும். பிற்பகலிலேயே மூக்கிலிருந்து ஒழுகும் அளவிற்குக் குடித்திருந்ததால், போதையில் தொலைபேசி அடித்தது எப்படிக் கேட்கும்? வரவர சலிப்புதான் மண்டியது.

போன செவ்வாயன்று பின் மாலையில் பேசிக் கொண்டிருந்தபோது, ‘உங்க ஹெல்த் கெட்டுப் போயிடும், இத விட்டுடுங்க டாடி...’ என்று மகள் அருகில் அமர்ந்து கொஞ்சினாள். உடனே, ‘ஆமாடா கண்ணு, இனிமே அது கிட்டக்கூட போக மாட்டேன்...’ மீறுவதற்கென்றே செய்யும் அழுத்தமான சத்தியங்கள்.

பள்ளிப் பாடங்களில் படித்ததையும், அப்பாவுக்காகவே இணையத்தில் தேடியதில் கிடைத்த தகவல்களையும் வரிசையாக ஒவ்வொன்றாய் விரித்து விளக்க ஆரம்பித்து விட்டிருந்தாள். ஒவ்வொரு முறையும் ‘குடிக்காதே’ என்று மீனா சண்டை போடும் போது வாயை மூடிக் கொண்டிருந்துவிட்டு, ‘மீனா, இனிமேல் அதத் தொட்டேன்னா கேளு...’ என்று மனைவி மேலும், மகளின் மேலும் சத்தியம் செய்துவிட்டு அடுத்த நாளே பாட்டில்களுடன் வந்ததைப் போலவே புதனன்றும் வந்தார்.

‘எம்பொண்ணு பார்க்கதாண்டி அச்சு உன்னைய மாதிரியேயிருக்கா. ஆனா, கொணத்துல அவ எங்க அம்மாவேதான்...’ என்று வாய்க்கு வாய் நெகிழ்ச்சியுடன் சொல்வார். ஒரே மகளைக் கொண்டாடுவதும் கூத்தாடுவதும் போத்தலைத் திறக்கும் வரைதான்.

அதன் பிறகு, தேவனொருவன் சாத்தானாகிப் போனானோ என்றெண்ணும்படிதான் இருக்கும் தோற்றமும் செயலும். எப்போதும் மிடுக்காக உடுத்தியிருக்கும் காப்பீட்டு அலுவலக அதிகாரியா என்று வியக்கும்படி. உடை நழுவுவதும் தெரியாமல், கொளகொளவென்று நடந்து, தன்னிலை மறந்து, மங்கல் பார்வையோடு தடுமாறுவதைப் பார்த்தால், அந்நியன் யாரையோ பார்த்தது போலிருக்கும் அவளுக்கு ஒவ்வொரு முறையும்.

கவிதாவின் அப்பா குடித்துவிட்டால், முன்னால் நிற்பது ஆணா, பெண்ணா, நாயா பூனையா என்றுகூட தெரியாதபடி மயங்குவார். நல்லவேளை வீட்டோடு குடிக்கிறார் என்று ஒரு சின்ன நிம்மதி. அதற்கு மட்டும், ‘பொதுவிடத்துல போதைல என்ன செய்றேன்னு தெரியாது. எதுக்கு வீணான்னுதான் மீனா நா வீட்டுக்கு வந்து குடிக்கிறேன் தினமும்’ என்று பெருமையாகச் சொல்லவேண்டியது. குழந்தைக்குச் சொல்வதைப்போல பன்னிப் பன்னியும், கோபத்தில்

பளேர் பளேரென்று அடிக்கும் வார்த்தைகளாலும் சொல்லிப் பார்த்தாகிவிட்டது.

நான்கு வருடங்களுக்கு முன்பு ஒருமுறை சாலை விபத்தில் காலை உடைத்துக்கொண்டு, இரண்டு மாதங்கள் வீட்டிலேயே இருக்க வேண்டியிருந்தது. பாழாய்ப் போன குடிப் பழக்கத்தை ஏற்படுத்திக் கொடுத்தார் வரப்போக இருந்த அவரின் 'உற்ற நண்பன்'. குடித்து அழிந்தாலும் கவலைப்பட யாருமில்லாத தனிக்கட்டையான அவர் குற்றவுணர்வால், பின் வந்த நாட்களில் வீட்டுப் பக்கம் தலை வைத்தே படுப்பதில்லை.

கடந்த நாலைந்து வருடங்களில் நூறாயிரம் சண்டைகள். மீனா கவிதாவை இழுத்துக்கொண்டு பினாங்கில் இருக்கும் அம்மா வீட்டுக்குப் போவது, அதற்குப் பிறகு தொலைபேசியில் மீனாவிடம் கெஞ்சுவதும், பிறகு தானே நேரில் வந்து கூட்டி வருவதும் நிறைய தடவைகள் நடந்தேறிவிட்டன. ஒரே நாள் குடிக்காமல், குட்டி போட்ட பூனையாக வீட்டிற்குள் வலம் வந்து, செய்வதறியாது விழித்து, அசடுவழியச் சிரித்து, இரவெல்லாம் தூங்க முடியவில்லையென்று புலம்பிவிட்டு, மறுநாளே சேர்த்து வைத்துக் குடிக்கவேண்டியது.

சென்ற வருடம் மருத்துவரின் உதவியோடு ஒரு வாரம் மருத்துவமனையில் இருந்தும் சிகிச்சையாகச் செய்து பார்த்தாயிற்று. விடாமல் குடித்த உடம்பு குடிக்காமல் பட்ட பலவித கஷ்டங்களைப் பார்த்ததும் தாயும் மகளும் அவர் இயல்பாய் தன்னிச்சையாய் குடியை விடட்டும் என்று கூட்டிக்கொண்டு வந்துவிட்டனர்.

கவிதாவுக்கு அவளின் அப்பாவுடனான உறவில் தனித்திருக்க, நினைவில் நிலைத்துப் போயிருந்த நிகழ்வுகள் ஏராளம் இருந்தன. நூலகத்தில் வெகுநாட்களாகத் தேடிய புத்தகம் கிடைத்த மகிழ்ச்சி, இரவல் வாங்கி போட்டி போட்டுக்கொண்டு படித்தது, நீச்சல் குளத்தில் மறு கரையைத் தொடவென்று நீந்தியது என்று நீண்டு, தந்தையர் தினத்துக்கும் மகளின் பிறந்த நாளுக்கும் பரிசுகள் பரிமாறிக்கொண்டது என்று சின்னதும் பெரிதுமாக நிறைய... தகப்பனும் மகளுமாய் கட்சி கட்டிக்கொண்டு மீனாவைக் கிண்டலும் கேலியும் செய்த சந்தர்ப்பங்களும் அதில் அடக்கம்.

வழக்கத்தை விட சீக்கிரமே விரட்டிக்கொண்டு வந்துவிட்டார் மலாய் ஓட்டுநர். வெயில் இன்னமும் கொளுத்திக் கொண்டிருந்தது. விடுவிடுவென்று நடந்து அடுக்ககத்தின் மின்தூக்கியில் ஏறி ஆறாம் மாடியை அடைந்து, வாயிற்கதவைச் சாவி போட்டுத் திறந்து கொண்டு வீட்டிற்குள் நுழைந்தாள்.

உள்ளறையிலிருந்து, 'அப்பா, ப்ளீஸ் அப்பா... என் காலு நசுங்குதுப்பா, நகருங்க... உங்க மீச குத்துது டாடி. நகருங்க...' என்று கவிதா தீனமாய் முனகுவது கேட்டது. முரட்டுத்தனமாய் ஏதாவது விளையாடுகிறார்களோ என்று நினைத்தபடி அறைக்குள் எட்டிப் பார்த்தவள் வானமே தன் தலையில் விழுந்தாற்போன்ற பேரதிர்ச்சியில் அப்படியே உறைந்தாள்!

ஒரு நொடிதான். பாய்ந்து சென்று கவிதாவின் மீது கவிழ்ந்து படுத்திருந்தவரைப் பிடித்து ஒரே தள்ளு தள்ளிவிட்டதும் படுக்கையின் நடுப் பகுதியில் தொப்பென்று விழுந்து, சிறிதும் சலனமேயின்றி அப்படியே கிடந்தார். 'அடப்பாவி மனுஷா, போச்சே புத்தி...' என்றபடி ஓங்கி ஒரு குத்து வைத்தாள் முதுகில். இதற்கெல்லாம் அசைவேனா என்று கிடந்ததைப் பார்த்து ஆத்திரம் பொங்கியது. மீண்டும் தோளைப் பிடித்து உலுக்கி கோபமாகக் கத்திப் பார்த்தாள்.

ஒரு குடம் தண்ணீரைக் கொட்டினாலும் பலனிருக்காது என்று சலிப்புடன் அறையை விட்டு வெளியேறும்போது அங்கிருந்த மேசையில் அப்பாவியாய் நின்றிருந்த இரண்டு காலி பாட்டில்கள் கண்ணில் பட்டன. முதுகிற்குப் பின்னால், 'மீயா, ஆய் மீயா... யாழு, யகள பண்ணழ்து...' என்ற முனகல் கேட்டது.

முட்டைக் கண்ணை விரித்துத் திருதிருவென்று விழித்துக்கொண்டு நின்றிருந்த கவிதாவைக் கூட்டிக்கொண்டு கூடத்திற்கு வந்தபோது, 'நான் மட்டும் இன்னும் கொஞ்சம் தாமதமாக வந்திருந்தால்...' என்ற எண்ணம் தோன்றியதுமே மீனாவினுள் நடந்திருக்கக்கூடியதை நினைத்து பயம் தலையோடு கால் சிலிர்த்து அடங்கியது.

கவிதாவின் முகத்தைப் பார்த்தாள். காலையில் பள்ளிக்குச் செல்லுமுன் பின்னி விட்டிருந்த இரட்டைப் பின்னல்கள் சீரின்றிக் கலைந்திருந்தன. முகத்தில் எந்த விதமான பெரிய உணர்ச்சியும் இல்லாமல் நின்றாள். விபரீதம் புரியவில்லையோ ஒருவேளை.

வேலியே பயிரை என்றெல்லாம் தோன்றியது சரிதானா என்றே முதலில் புரியவில்லை. ஆனால், போதையில் நிதானம் இழக்கும் தகப்பன் உயிராய் இருக்கும் மகளுக்கே தீங்கிழைக்கவிருந்தார் என்பது மீனா சற்றும் எதிர்பார்க்காதது மட்டுமில்லாமல், கண்ணால் கண்ட காட்சியை அவள் மனம் இன்னமும் ஏற்றுக்கொள்ளவும் நம்பவும் ஆரம்பிக்கவில்லை.

கொஞ்ச நேரத்தில், மீண்டும் இத்தகைய விபரீதம் வருமுன்னர் தடுக்க வேண்டியதன் அவசியம் மட்டும் புரிந்தது. எப்படி என்றுதான்

தெரியவில்லை. வேலையை விட்டுவிட்டு வீட்டோடு மகளுக்குக் காவலிருப்பதா? குடிகாரனுக்கு அப்படியெல்லாம் மறைமுகமாக சௌகரியம் செய்து கொடுப்பதாவது? வெளியில் போகும்போதும் வரும்போதும் மீனா மகளின் பாதுகாப்பில் அக்கறை கொள்வது இயல்பு. வீட்டிலேயே என்றால்... நினைக்கும்போதே வேதனையும் கோபமும் மிகுந்தது. இப்படியொரு இக்கட்டு வருமென்று யார்தான் நினைத்திருப்பர்? குற்றம் சூழ்நிலையின் மேலேயே இருக்கட்டும். அத்தகைய சூழலை உருவாக்கும் குடியை விட்டால்தான் என்ன இந்த மனுஷனுக்கு?

'கவிதா, உடனே கிளம்பி பாட்டி வீட்டுக்கு போயிடுவோம். எப்ப விஷயம் இவ்வளவு தூரம் வந்துடுச்சோ, அப்ப நாம இங்க இருக்கறது ஆபத்து. எப்படியும் உங்கப்பா குடிக்கறதையும் நிறுத்தப் போறதில்லை. நான் பினாங்குலயே ஒரு வேலைய தேடிக்க வேண்டியதுதான். உன்னையும் அங்கயே நல்லதா பார்த்து ஒரு பள்ளிக்கூடத்துல சேர்த்துடறேன்...'

பயணப்பையை அலமாரியின் மேல் தட்டிலிருந்து எடுத்து, அதன் வாயைப் பிளந்து, கையில் கிடைத்த துணிகளை ஒவ்வொன்றாய் எடுத்து அதனுள் போட்டாள். போடப் போட கவிதா அவற்றை எடுத்து எடுத்து வெளியே வைத்தாள். எரிச்சலுடன் கவிதாவின் முகத்தை ஏறிட்டாள். அப்போதுதான் கவனித்தாள். தன்னுடைய சின்னப் பொட்டை வைத்துக்கொள்ளாமல் அம்மாவின் பெரிய அடர்சிவப்புப் பொட்டை நெற்றியில் வைத்திருந்தாள்.

'ஏய், அதென்ன என்னோட பொட்ட வச்சிருக்க...'

'ஹி ஹி... அதுவா, முகம் கழுவினதும் கண்ணாடியில உங்க பொட்டப் பார்த்தேனா, சும்மா வச்சிப் பார்ப்போம்னுதான் வச்சேன். நல்லா இருக்குல்ல... ஏம்மா, எனக்கு எக்ஸாம்ஸ் வருது, இப்போ போயி பாட்டி வீட்டுக்கு போலாம்ங்கறீங்களே...'

'அடியே, இப்ப நான் கொஞ்சம் லேட்டா வந்திருந்தா என்னவாயிருக்குமோ... புரிஞ்சுதான் பேசறியா? இல்ல, உங்கப்பா மேல உனக்கிருக்கற அன்பும் நம்பிக்கையும் உன் புத்திய மழுங்கடிக்கிதா? இதுக்கு ஒரே வழி, இதான். கெஞ்சினாலும் மிரட்டினாலும் திரும்பி வரமாட்டேன். கிளம்புடி, சொல்றேன்...'

'அம்மா, நா கணக்குல ஒரு சந்தேகம் கேக்கலாம்னு அப்பாவோட அறைக்குள்ள போனேன். என்னப் பார்த்ததுமே சிரிச்சுகிட்டே மீனா, மீனான்னு திரும்பத் திரும்ப உங்க பேரச் சொன்னாரு. அப்பா என்னோட தலகாணி விளையாடதான் வர்றாராக்கும்னு...'

நிகழ்வின் தீவிரத்தைப் புரிந்துகொண்டதற்கான அடையாளங்கள் கவிதாவின் முகத்தில் கொஞ்சம் தென்பட்டன. பன்னிரண்டு வயதுக்கு கொஞ்சம்கூட புரியாமல் போகுமா என்ன... சில நிமிடங்கள் பேசாமல் தரையையே பார்த்துக் கொண்டிருந்தாள். பிறகு நிமிர்ந்து அம்மாவின் முகத்தைப் பார்த்துக்கொண்டே தயங்கித் தயங்கி, ‘குடிச்சாதாம்மா அப்பா கெட்டவரு. இல்லன்னா...’

‘இல்லன்னா ரொம்ப நல்லவருன்ற... சரி, இருக்கட்டும். ஆனா, குடிக்காத நாளே இல்லயே..’

‘அம்மா, நானே அவர மாத்த ட்ரை பண்றேம்மா. ஒரே ஒரு சான்ஸ் கொடுங்கம்மா. இந்தத் தடவ அவரு குடிக்கறத நிறுத்தலன்னா நீங்க சொல்றத நாங்கேக்கறேன். ப்ளீஸ்மா... எனக்கு அப்பா வேணும்மா...’ என்று சொல்லிக்கொண்டே மீனாவின் யோசிப்பில் இருந்த தீர்மானத்தை உணர்ந்தோ என்னவோ பெரிதாய் அழக் கிளம்பினாள்.

அவளைச் சமாதானம் செய்வதற்குள் போதும் போதுமென்றாகி விட்டது. ‘கவிதா, அழாத...’

நடந்த அமர்க்களத்தில் பசி மந்தித்திருந்தது. ஒரு டம்ளர் மோர் மட்டும் குடித்துவிட்டு, சிந்தனையிலும் உடலியக்கத்திலும் முனைப்பின்றி சோபாவில் சரிந்திருந்தாள். கவிதா கணக்கு போட போய்விட்டிருந்தாள். குருட்டு யோசனை கோபம் தோய்ந்திருந்தது. இடையில் ஒரு முறை அறைக்குள் எட்டிப் பார்த்தாள்.

உள்ளிறங்கிய சரக்கு வழக்கத்தை விட அதிகம் போலும். அசைவையே காணோம். அருகில் போய் உலுக்கி எழுப்பி சண்டை போடுவோமா என்று நினைத்து பின், தனது உடற் சோர்வை நினைத்து, மனதை மாற்றிக் கொண்டாள். நடுராத்திரியில் எழுந்து தானே சாப்பிட்டுவிட்டு போட்டது போட்டபடி மறுபடியும் கொஞ்சம் சுருதி ஏற்றிக்கொண்டு படுத்தாகிவிடும்.

அன்றிரவு கவிதாவின் அறையில் உள் பக்கம் தாளிட்டுக்கொண்டு உறங்கும் மகளையே பார்த்தபடி, புரண்டு கொண்டேயிருந்தாள். மதியம் அடித்த வெயிலை ஈடு செய்ய, இடியோடு பெருந்தூறல் கிளம்பியிருந்தது.

தன் அப்பாவில் இருந்த குடிப் பழக்கத்தையும் தாண்டி கவிதாவுக்கு அவளின் அப்பாவிடம் இருந்த அபிமானம் ஆச்சரியத்தைக் கொடுத்தது. பளிங்கு போன்ற அவளின் வெள்ளை மனம் மீனாவுக்குள்

சின்ன நிம்மதியைக் கொணர்ந்தது. அவளைப்போல தன்னால் யோசிக்க முடியவில்லையே என்றுகூட ஏங்கினாள்.

ஏழாவது மாடியில் தினமும் அலாரம் வைத்தாற்போல அழும் ஒரு வயது வாண்டு அழ ஆரம்பித்தான். அவனின் அம்மா முதலில் காள் காள்ளென்று கத்திவிட்டு, களைப்பு மேலிட இறுதியாக வழக்கம் போல் முதுகில் தட்டிக் கொண்டே, 'க்வாய், க்வாய்' என்று சீனத்தில் சமாதானப்படுத்தினாள். கவிதாவின் அப்பா தினமும் குறித்த நேரத்தில் குடிப்பதைப்போல இவனின் அழும் படலம். அழுவதில் அவனுக்கு போதையோ!

தன் ஒரே மகளுக்கு ஏதும் நேர்ந்துவிட்டிருந்தால் என்ற பயம் மட்டுப்பட்டு நடுநிலையுடன் யோசிக்க ஆரம்பித்தாள் மீனா. நாளை எழுந்ததும் தன் செயலை அறிந்தவுடன் கவிதாவின் அப்பா படப்போகும் அதிர்ச்சியும் அவமானமுமே அவருக்கு ஒரு பெரிய தண்டனையாகப் போகிறது. மகளின் மேலிருக்கும் பாசம் காரணமாய் குடிகாரனின் சத்தியமாக இல்லாமல், உண்மையிலேயே மனதில் உறுதியும் தீர்மானமும் பிறக்கலாம்... பார்ப்போமே.

உன் காலணிக்குள் நான்

~

கைத் தொலைபேசிகள் விற்கும் கடையில் ஏராளமான இளையர்கள். புதுரக கைத் தொலைபேசி ஒன்றை அந்தக் கடையில் பார்த்திருந்தான் கார்த்திக் ஒரு வாரம் முன்பே. காலையில் அப்பாவிடம் கேட்டபோது, 'கார்த்திக், ஒங்கிட்ட இருக்கறதே நல்ல மாடல்தான். புதுசு புதுசா வந்துகிட்டேதான் இருக்கும் மார்க்கெட்ல. ஃபோன் எதுக்கு? பேசறதுக்குதானே? அது லேட்டஸ்டாதான் இருக்கணுமா என்ன? இப்பதானே நீ கேட்டன்னு புது கம்ப்யூட்டர் வாங்கினோம்...' என்று சொல்லிக்கொண்டே போய், 'இருக்கற சாமானையே வாங்கற பழக்கம் நல்லதில்ல கார்த்திக், ஓகே?' என்று முடித்தார்.

'இல்லை என்பதைச் சொல்ல எத்தனை பெரிய லெக்சர்...' என்று மனதிற்குள் சலித்துக்கொண்டே நகர்ந்தவனிடம், அம்மா தன் பங்கிற்கு, 'கார்த்திக், உனக்கு ஃப்ரீ டைம் இருக்கும்போது, வாரத்துல ஒரு நாளாவது ப்ரவீணுக்கு பாடம் சொல்லிக் கொடுக்கலாமில்ல? எத்தன தடவ சொல்லிட்டேன்...' என்றதும், எனக்கு நேரமில்லை யேம்மா என்று ஒவ்வொரு முறையும் சொல்வதைப்போல சொல்லி விட்டிருந்தான். யோசித்தபோது, நேரம் என்பதைதான் தான் அவ்வப் போது தவறவிட்டோமோ என்றும் தோன்றியது.

அத்தை மகன் ப்ரவீணுக்கு இன்னும் இரண்டு மாதங்களில் தொடக்கப் பள்ளி இறுதியாண்டுத் தேர்வு. தான் சொல்லிக் கொடுத்தால் தன்னைப் போலவே அவனும் மதிப்பெண் பெற்று அடுத்த வருடம் இராஃபிள்ஸ் கல்விக்கூடத்தில் படிப்பான் என்று எல்லோருக்கும் அசைக்க முடியாத நம்பிக்கை. பெரியவர்கள் எல்லோருக்கும் எப்படிதான் ஒரே மாதிரி தோன்றுகிறதோ என்று ஆச்சரியப்பட்டான்.

அத்தைக்கும் மனதிற்குள் அப்படி ஒரு அபிப்பிராயம் இருக்கலாம். ஆனால், அவர் மட்டும்தான் வற்புறுத்தியதேயில்லை அவனை. ப்ரவீண் தன்னை விட சிறப்பாகவே செய்துவிடக்கூடும் என்ற அடிப்படை சாத்தியக்கூறு கூட ஒருவருக்கும் தோன்றாமல் போனது தான் வேடிக்கை. யோசித்துக்கொண்டே வந்தவன், ‘ஒருவேளை அப்பா சொல்வதுபோல் அதற்கெல்லாம் எனக்கு பொறுமைதான் இல்லையோ?’ என்று கேட்டுக் கொண்டான் தனக்குள்.

வழக்கமாய் உடன் சுற்றும் இர்ஃபான் இல்லாதது, பிய்ந்த செருப்பை எறிந்துவிட்டுப் புதிய செருப்பை மாட்டிக் கொண்டாற்போல அவனுக்கு மிகவும் விசித்திரமாயும் அசௌகரியமாயும் இருந்தது. காய்ச்சலாம். காலையிலேயே குறுந்தகவல் அனுப்பியிருந்தான். வேறு வகுப்பில் படித்தாலும், தமிழ்ப் பாடத்தின் போது சந்திப்பது வழக்கம். அன்று தமிழ்ப் பாட வகுப்பிலும் சுரத்தேயில்லாமல்தான் இருந்தான்.

●

‘ஜங்ஷன் எய்ட்’டிலிருந்து வெளியேறினான். இலக்கின்றி நேரத்தைப் போக்கவே இஷ்டம்போல சுற்றியதில் கால்கள் கெஞ்சின. ‘லேண்டர்ட் ஃபெஸ்டிவல்’ இன்னும் சில தினங்களில் வரவிருந்தது. ஆங்காங்கே கடைகளில் தொங்கிக் கொண்டிருந்த விதவிதமான அலங்கார வண்ண விளக்குகள், வாங்காதவரையும் அருகில் சென்று பார்க்கவைத்தன.

ஏ அப்பா... என்ன கூட்டம்! ‘எட்டில் பேய்கள் சஞ்சாரம்’ என்று சமீபத்தில் சஞ்சிகைகள் சொன்ன செய்திகள் பொய்யோ? பேயாவது பிசாசாவது... அம்மக்கள் கூட்டத்தைப் பார்த்தால், அதெல்லாம் பயந்து ஓடியே போய்விடும். ஒருவேளை, பகலில் அவை வெளியில் வராதோ என்னவோ.

ஒரு மாறுதலுக்கென்று வாரத்தில் ஒரு நாள் மட்டும் பேரங்காடியில் சுற்றிவிட்டுத் திரும்புவதை இரண்டு வருடங்களுக்கும் மேலாகச் செய்து வந்தனர். மற்ற நாட்களில் புறப்பாடம் மற்றும் வீட்டுப் பாடம் என்று நேரம் சரியாக இருக்கும். அன்றோ வீட்டுப் பாடமும் இல்லை. இருந்தாலும் செய்யும் மனநிலை கார்த்திக்கிற்கு இருக்கவில்லை. எப்போதாவது அதுபோல மனமும் உடலும் சேர்ந்து சலிப்படைந்து விடுவதுண்டு.

பேசாமல் வீட்டிற்குப் போய் படுத்து ஓய்வெடுக்கலாமா என்று ஒருபுறமும் யாருமில்லாத வீட்டுக் கதவைத் தானே திறந்துகொண்டு

நுழைவதை நினைத்து வேண்டாமென்று மறுபுறமும் மனம் கடிகாரத்தின் பெண்டுலமாய் மாறி மாறி ஆடியது. மாலையில் அம்மா வர நேரமாகும்.

இயந்திரத்தனமாக விரைவு ரயில் நிலையத்தை நோக்கி நடந்தான். சாரிசாரியாக தன் பள்ளி மாணவர்கள் மட்டுமில்லாமல், கத்தோலிக்க உயர்நிலைப்பள்ளி மாணவர்களும் வேறு சில பள்ளி மாணவர்களும், சளசளவென்று பேசியபடியே ரயிலைப் பிடிக்க விரைந்தனர்.

'மஞ்சள் கோட்டுக்குப் பின்னால் நிற்கும்படி' அறிவிப்பின் மூலம் பயணிகள் அடுத்தடுத்த நான்கு அதிகாரத்துவ மொழிகளிலும் கேட்டுக்கொள்ளப் பட்டனர். மின்படிக்கட்டுகள் ரயில் தண்டவாள மேடையை அடையவும் 'செம்பவாங்க்' நோக்கிச் செல்லும் ரயில் வரவும் சரியாக இருந்தது. அதைப் பார்த்ததும் 'தோபாயோ'வுக்குப் போக வேண்டியவனுக்கு எதிர் திசையிலிருக்கும் அத்தையின் நினைவு நொடியில் வந்தது. வீட்டில்தான் இருப்பார், பேசாமல் அங்கு போவோம் என்று சட்டென்று முடிவெடுத்து உள்ளே சென்று ஓரயிருக்கையில் அமர்ந்துகொண்டான். அதிக கூட்டமில்லை.

•

கதவுகள் மூட ஒரு நொடியிருக்கும்போது குடுகுடுவென்று உள்ளே நுழைந்தான் பேய் ஹுவேய். புறப்பாடத்தை முடித்துவிட்டு வந்திருப்பான். வெயிலில் வந்த அவன் முகம் சிவந்து கிடந்தது. கார்த்திக் சிரித்ததும் பதிலுக்கு லேசாகச் சிரித்தான். எப்போதுமே தன் சொந்த உலகில் அமைதியாக இருப்பான் அவன். தான் உண்டு தன் வேலை உண்டு என்றிருப்பதில்தான் அவனுக்கு எத்தனை அசைக்க முடியாத நம்பிக்கை என்று கார்த்திக் பலமுறை நினைத்ததுண்டு. அதுவும் வருடக்கணக்கில். யாருமே அவனைச் சீண்டவோ அல்லது அவனிடம் அரட்டை அடிக்கவோ முடியாது. கேட்ட கேள்விக்கு ரத்தினச் சுருக்கமாக பதில் சொல்வான். எப்போதும் வரிசையில் போய்க் கொண்டிருக்கும் ஓர் எறும்பில் இருக்கும் பரபரப்புடனும் ஒழுங்குடனும்தான் இயங்குவான்.

குச்சிக் குச்சியாக நீட்டிக்கொண்டு, குட்டையாக வெட்டப்பட்ட கருங்கேசம். நடுத்தர உயரத்துடன் ஒல்லியாக இருந்த அவனின் உடல், வெயிலில் வாடிய வாட்டத்தை நிரந்தரமாகக் கொண்டிருந்தது. உயர்நிலை மூன்றில் படிக்கும் அவனுக்கு ஏன் அவ்வயதினருக்கேயுரிய உற்சாகமில்லை என்று பலமுறை நினைத்ததுண்டு. மற்றவர்களில் உரையாடல்களைக் கேட்டு ரகசியமாகச் சிரித்துக் கொள்வான். ஆனால், கலந்துகொள்ள

மாட்டான். பேரங்காடிக்கோ கடைக்கோ கூப்பிட்டாலும் வரமாட்டான். யாரேனும் கூப்பிட்டு விடப் போகிறார்களே என்ற அசௌகரியத்துடனேயே இருப்பதைப் போலிருக்கும். பெரும்பாலும் கண்கள் தரையையோ அல்லது ஆகாசத்தையோ பார்த்தபடி இருக்கும்.

ஏதோ ஆழ்ந்த யோசனையில் இருந்தாற் போலிருந்தது அவனின் முகம். பேச்சுக் கொடுத்துப் பார்ப்போமே என்று தோன்றியது. 'ஹாய், கோயிங் ஹோம்?' என்றவனிடம், 'யா' என்று சொன்னவன் மீண்டும் யோசனையில் ஆழ்ந்தான். கார்த்திக் பேசும் மனநிலையில் இருந்தான். ஆனால், அவன் தன் யோசனைக்குத் தொந்தரவாய்த் தன்னை நினைத்து விலகிப் போய், தள்ளி நின்றுகொள்வானோ என்று தோன்றியது.

அவன் முகத்தையே சில நொடிகள் பார்த்தான். பேய் ஹுவேய் ஜன்னல் வழியாக வெற்றுப் பார்வை பார்த்தபடி நின்றிருந்தான்.

●

இர்ஃபான் படித்த அதே தொடக்கப் பள்ளியில்தான் பேய் ஹுவேய் படித்தான். தொடக்கப் பள்ளி இறுதித் தேர்வில் பள்ளியின் முதல் மாணவனாய் வந்தவன் அவன். அதன் பெருமிதத்தின் சாயலே இருக்காது. சொல்லப் போனால், தன்னில் உள்ள எதையோ நினைத்துக் கொண்டு சூழலுடன் பொருந்தாதோ என்ற அச்சம் நிலவும் பார்வையும் உணர்வும் எப்போதும் கொண்டிருப்பதைப் போலிருக்கும்.

இர்ஃபான் அவனைப்பற்றி நிறைய சொல்லியிருக்கிறான். அவனின் சிக்கனம், எளிமை போன்றவற்றைப் பார்த்து கஞ்சம், அலட்சியம் என்று எடை போட்டவர்களில் தானும் ஒருவன் என்று பல முறை கார்த்திக்கிடம் சொன்னதுண்டு. எல்லாம் தொடக்கப் பள்ளி இறுதித் தேர்வு முடிவுகள் வரும் வரைதான். அதன் பிறகு பேய் ஹுவேயை இர்ஃபானும் மற்றவர்களும் பார்த்த பார்வை மாறிவிட்டிருந்தது. ஆனால், பேய் ஹுவேய் மட்டும் துளியும் மாறாமல் ஒரே இலக்கை நோக்கி நடக்கும் துறவியின் நிதானத்தோடு இருந்தான். உயர்நிலைப் பள்ளிக்கு வந்த பிறகும் அவன் மாறவேயில்லை.

'யூ ஸ்டே இன் 'யீஷுன்' ஆர் 'கத்திப்'?' என்று கேட்ட கார்த்திக்கைப் பார்த்து, சொல்லலாமா வேண்டாமா என்பதுபோல தயங்கிக் கொண்டே, 'யீஷுன்' என்றான். இதைச் சொல்ல ஏன் இவ்வளவு தயக்கம் என்று தோன்றியது. தான் பேசுவதை அவன் விரும்பவில்லையோ என்று எண்ணியபடி தன் வாயைக்

கட்டுப்படுத்திக்கொண்டு பேசாமல் இருந்தான் கார்த்திக். பதிலுக்கு நீ எங்கேயிருக்கிறாய் என்றோ, இப்போது எங்கே போகிறாய் என்றோ அவன் கேட்டிருந்தால்தான் கார்த்திக் மயக்கம் போட்டிருப்பான்.

பள்ளி ஆசிரியர்களிடையே கடுமையான உழைப்பாளி என்ற நல்ல பெயர் இருந்தது அவனுக்கு. திரைப்படங்கள் பற்றிய ஆய்வுகள் எழுத அவன் சிரமப்படுவான் என்று இர்ஃபான் சொன்னதுண்டு. அவற்றிற்குச் செலவு செய்யக்கூடிய நிலையில் இல்லை அவனின் பொருளாதாரம் என்றும் அவன் வீட்டில் கணிப்பொறி இல்லாததால் தான் அவன் பள்ளியிலேயே எல்லாவற்றையும் முடித்து வந்தான் என்றும்கூட சொல்வான்.

உயர்நிலை ஒன்றில் வாங்கிய சட்டை அவனுக்கு இன்னமும் சரியாயிருந்தது. மஞ்சளேறிப் போயிருந்தாலும் அதையே தொடர்ந்து உடுத்தினான். வெள்ளைக் காலணி கூட மிகவும் பழையதுதான். அவ்வளவு பழைய காலணியை நாம் அணிவோமா என்று கார்த்திக் தன்னையே கேட்டுக் கொண்டான். இருந்துமென்ன? அவ்வருட அரையாண்டுத் தேர்வில் கிட்டத்தட்ட ஆயிரம் மாணவர்களில் அவன்தான் இரண்டாம் இடம். எப்படியும் முதல் மூன்றிடத்தில் தொடர்ந்து இருந்து வந்தான். அவ்விதத்தில் அவன் மேல் பிரமிப்புண்டு பலருக்கு.

●

'யூசூகாங்க்' நிறுத்தம் வரும்போது, எதற்கும் இருக்கட்டுமென்று அத்தைக்கு ஃபோன் செய்து பார்த்தான். ஃபோன் எடுக்கப்பட வில்லை. வீட்டில் யாருமில்லை. அத்தையின் கைத்தொலைபேசிக்கு அழைத்தான். இரண்டாவது முறை அடித்ததுமே, 'சொல்லு கார்த்திக், என்ன விஷயம்?' என்ற அத்தையிடம், 'எங்க இருக்கீங்க அத்த?' என்று கேட்டான்.

'இங்க 'கத்திப்'ல இருக்கேன். எங்கூட்டாளி வீட்டுல லா... இதோ கெளம்பிகிட்டேயிருக்கேன்' என்று பதிலளித்தார். தொடர்ந்து, 'நீ எங்க இருக்க?' என்று கேட்டவரிடம், 'நான் எம் ஆர் டீயில இருக்கேன். யூசூகாங்க் தாண்டியாச்சு. வீட்டுக்கு போய் வெயிட் பண்ணவா? இல்ல, கத்திப்ல எறங்கிறட்டுமா?' என்று கேட்டான்.

'ம்... சரி, எறங்கு. ஆமா, ஒனக்கு இன்னிக்கி ஸீஸீஏ இல்ல? இர்ஃபானும் ஒன்னோட இருக்கானா?'

'இல்ல, ஸீஸீஏ கான்ஸல்ட். இர்ஃபான் இன்னிக்கி ஸ்கூலுக்கே வல்ல. காச்சலாம்...'

'ம், அதான பாத்தேன். ஏதுடா அத்தை நெனப்பு வந்துடுச்சேன்னு பாத்தேன். கூட்டாளி கூட இல்லன்னதும் கையொடிஞ்சாப்ல ஆயிடுச்சாக்கும்? சரி, அஞ்சே நிமிஷத்துல வந்துடுவேன். அங்க ஒரு கடையில செடி பாத்து வச்சிருக்கேன். வாங்கணும், நாம ரெண்டு பேரும் ப்ரவீண் வரதுக்குள்ள போயிடலாம் வீட்டுக்கு, சரியா...' என்ற அத்தையிடம், 'ஓகே, சீக்கிரமா வந்துடுங்க, அத்த' என்று ஃபோனை அணைத்தான்.

கத்திப் நிறுத்தம் வந்ததும், பேய் ஹுவேய் வெளியில் பாய்ந்து ஓடி படிகளில் இறங்கினான். யீஷுன் என்றானே? சரி, வேறு ஏதாவது வேலை இருக்கும். போகுமுன், வேண்டுமா வேண்டாமாவென்று யோசித்தபடி கையாட்டி விட்டுதான் சென்றான். தானும் அங்கே இறங்குவதை அவன் அறிந்திருக்கவில்லை, இல்லையானால், நின்றிருப்பான் என்று நினைத்துக்கொண்டே மெதுவாகப் படிகளில் இறங்கினான். சொல்ல முடியாது, அப்போதும் கூட நின்றிருக்க மாட்டானோ என்னவோ. கொஞ்சம் புரியாத புதிர்தான் பேய் ஹுவேய். இறங்கிக் கடைசிப் படியை அடைவதற்குள் அவன் நிலையத்தை விட்டு விடுவிடுவென்று வெளியேறியிருந்தான், திரும்பியே பார்க்காமல்.

●

பயணச் சீட்டு கொடுக்கும் பொறியின் அருகில் நின்றுகொண்டான் கார்த்திக். இருபுறமும் பார்த்துக் கொண்டான் அவ்வப்போது. அத்தை எந்தப் பக்கமாய் வருவாரென்று தெரியவில்லையே என்று யோசித்தான். உள்ளேயும் வெளியேயும் பயணிகள் போய்க் கொண்டும் வந்துகொண்டுமிருந்தார்கள். பெரும்பாலும் மாணவர்கள். தாகத்தால் தொண்டை வறண்டது. ஏதும் வாங்கிக் குடிக்க வேண்டு மென்றால், ரயில் நிலையத்தை விட்டு வெளியேற வேண்டும். அத்தை வந்துவிடட்டுமென்று நினைத்துக்கொண்டான்.

ஏழெட்டு நிமிடங்கள் ஆன பின், அத்தையைக் காணாததும், கார்த்திக் மீண்டும் தொலைபேசியைக் காற் சட்டையிலிருந்து எடுத்து அழுத்திக் கொண்டே பார்வையை ஓட்டினான். அத்தை பத்தடி தொலைவில் வேகுவேகென்று நடந்து வந்து கொண்டிருந்தார். சட்டென்று ஃபோனை அணைத்துவிட்டு, அவரோடு சேர்ந்து நடந்துகொண்டே, 'ஏதாச்சும் தண்ணி வாங்கிட்டு வரேன் அத்த. வெரி தர்ஸ்ட்டிலா. கொஞ்சம் இருங்க...' என்று சொல்லிவிட்டு வாசலில் இருந்த 'ஸெவென் இலெவென்' கடைக்குள் நுழைந்து இரண்டு 'பெப்ஸி'யை எடுத்துக்கொண்டு, அனுமார் வால்போல நின்றிருந்த வரிசையில் நின்றுகொண்டான், பணம் செலுத்த.

வரிசை மிகவும் மெதுவாக நகர்ந்தது. கையில் இருந்த பானத்தைப் பார்த்ததும் தாகம் இரட்டிப்பானது. வெளியில் நின்றிருந்த அத்தை பொறுமையின்றி அவனருகில் வந்து, 'கார்த்திக், உன்ன காக்க வச்சதுக்கு பழிவாங்கறயா? எவ்ளோ நீள க்யூ? பேசாம வெளிக் கடையில வாங்கியிருக்கலாம்லா' என்றார். 'இதோ, நின்னது நின்னுட்டேன். இன்னும் ரெண்டு பேர்தானே, பே பண்ணிட்டே வரேன்' என்று சிரித்துக்கொண்டே சொன்னான்.

வெளியேறி அவென்யூ இரண்டைக் கடக்க மேம்பாலத்தில் ஏறினார்கள். இறங்கும் முன், எதிர்ப்புறம் இருந்த அடுக்குமாடிக் கட்டடத்தில் புத்தகக் கடைக்கும் மருந்துக் கடைக்கும் நடுவில் தெரிந்த மாடிப்படிகளுக்கருகில் நின்றிருந்தது பேய் ஹுவேய் மாதிரியிருந்தது. அவனருகில் ஒரு வண்டி. அதில் மடக்கி அடுக்கப் பட்ட ஏராளமான அட்டைப் பெட்டிகள். இவன் இங்கு என்ன செய்கிறான் என்று யோசித்துக்கொண்டே நடந்தவனைப் பார்த்து, 'எங்க வேடிக்கை பாக்கற, ம்?' என்று அத்தை கேட்டதும், 'அது எங்க்ளாஸ்மேட் பேய் ஹுவேய்' என்று கையை நீட்டிக் காட்டினான்.

'ஓ லோங்க் ஷுஷுவோட பையன்! உங்க க்ளாஸ்தானா?' என்று சொன்னதும் கார்த்திக் பேய் ஹுவேயைப் பற்றி அறிய ஆர்வம் கொண்டான்.

●

தொடர்ந்து பேய் ஹுவேயின் அப்பாவைப் பற்றிச் சொல்லிக் கொண்டே வந்தார் அத்தை. பிறவியிலேயே இடது கால் சற்று நீளம் குறைவு. நிற்கும்போது தெரியாது. ஆனால், விந்திவிந்தி நடப்பதால், அவர் நடக்கும்போது பார்ப்பவருக்குதான் கொஞ்சம் மனக் கஷ்டம் ஏற்படும்.

அவரோ தன் வேலையில் கருத்தாயிருப்பார். ஒரு கண் மட்டும்தான். கருவிழியேயில்லாத வலது கண் இடுங்கி, கண் இருந்த இடத்தில் ஏதோ அறுவை செய்த முடிச்சுபோல இருக்கும். தன் ஒரே மகன் பிறந்தபோது மனைவியை இழந்துவிட்டு, அவனை வளர்ப்பதையே இலட்சியமாகக் கொண்டிருந்தவர், அடுத்த சில வருடங்களில் தனது சாப்பாட்டுக் கடை வேலையையும் ஆட்குறைப்பின் காரணமாக இழந்துவிட்டிருந்தார்.

எறியப்பட்ட அட்டைப் பெட்டிகளை ஆங்காங்கே அடுக்கு மாடிக் கட்டடங்களின் கீழ்த் தளங்களுக்குச் சென்று சேகரிப்பார். அதற்கும் சில வேளைகளில் போட்டி வந்துவிடுமாம். சச்சரவுகளில் சிக்காமல் தன் வழியே போய் விடுவாராம் விட்டுக் கொடுத்துவிட்டு.

அதிகாலையிலேயே வெயில் வருமுன்னர் கிளம்பிவிடுவார்.

பேய் ஹுவேய் பள்ளிக்குச் சென்றதும் தானும் கிளம்பிவிடுவார். யீஷுனில் தொடங்கி அவருக்கென்று ஒரு வழியுண்டு. ஒவ்வொரு வட்டாரமாகச் சேகரிப்பார். வந்து சேருமிடம் கத்திப் நிலையத்திற்கு எதிரில் இருக்கும் கடைத் தொகுதி. தினமும் மதியத்திற்குப் பிறகு, அதே அடுக்குமாடிக் கீழ்த் தளத்தில் படிக்கு அருகில் வெயில் படாதவாறு உட்கார்ந்துகொண்டு மகன் வரக் காத்திருப்பார் லோங்க் ஷுஷு.

சேகரிப்பவற்றை வைத்துக் கொள்ளவென்று அவருக்கு ஒரு வண்டியிருந்தது. பழைய வண்டி. காலையில் கிளம்பும்போது அதற்குள் தனக்குப் பகலில் வேண்டிய தண்ணீரையும் மழைக்கு ஒரு பழைய குடையையும் வைத்துக்கொள்வார். இது தவிர குழந்தையைத் தள்ளிக்கொண்டு போகும் ஒரு பழைய வண்டி ஒன்றையும் வைத்துக் கொள்வார். வீடு திரும்பும்போது அதில் மகனின் பள்ளிப் பையை வைத்துக்கொண்டுதான் தள்ளிக்கொண்டு உடன் நடப்பார்.

மகனோ, யீஷுனில் இறங்கினால் வீடு பக்கமென்றாலும், முதல் நிறுத்தத்திலேயே இறங்கி, அப்பா இருக்குமிடம் வந்து, அட்டையால் நிறைந்து கனத்திருக்கும் வண்டியைத் தள்ளிக்கொண்டு அவருடன் போவான். சில வேளைகளில் அங்கேயிருக்கும் சாப்பாட்டுக் கடையிலேயே பகலுணவையும் முடித்துக் கொள்வர். அப்பாவை வீட்டில் விட்டுவிட்டு பேய் ஹுவேய் பெரும்பாலும் இணையம் வழி முடிக்க வேண்டிய பாடங்களை முடிக்க மீண்டும் பள்ளிக்குப் போய் வருவான்.

ப்ளாஸ்டிக், பழைய நாளிதழ்கள் மற்றும் அட்டை போன்ற மறுபயனீட்டுப் பொருள்களை காராங்குனிகளிடமிருந்து தினமும் மாலையில் ஒரு மறுபயனீட்டு நிறுவனம் வந்து வாங்கிக்கொண்டு போகும். அவர்கள் கொடுக்கும் காசுதான் லோங்க் ஷுஷுவின் தினசரி வருமானம். விடாத மழையென்றால், அவருக்கு அன்றைய வருமானம் போய்விடவும் கூடும். அவர்கள் ஒரே மகனைப் படிக்க வைக்க அவர் பட்ட பாட்டை அறிந்து பல தொண்டு நிறுவனங்கள் உதவித்தான் வந்தன. இருந்தாலும் தன் வேலையை மட்டும் விடுவதாயில்லை அவர்.

●

கடைகள் வழியாக நடந்தபோதுதான் அத்தைக்கு எல்லாக் கடைக்காரர்களும் சிநேகிதர்கள் என்று தெரிந்தது. எல்லோரும், சிரித்துக்கொண்டே 'ஹாய்' என்றும் 'ஹலோ' என்றும் சொல்லி

அத்தையை கடைக்குள் வரவேற்றார்கள். மதிய உணவைச் சாப்பிட்டுக் கொண்டிருந்த சிலர், சேர்ந்து சாப்பிட அழைத்தனர்.

பயனீட்டாளரைப் பார்ப்பதைப் போலில்லாமல் உற்ற நண்பரைப் பார்த்ததைப்போல ஒவ்வொருவர் முகத்திலும் மகிழ்ச்சி. வழியில் வந்த துப்புரவாளரிலிருந்து திருப்பத்தில், 'லாய்,லாய் துரியான் லாய்' என்று கூவிய 'துரியான்' வியாபாரி வரை. அத்தையும் எல்லோரிடம் சிரித்து முகமன் கூறிக்கொண்டே எங்கேயும் அதிகம் நிற்காமல் நடந்து கொண்டிருந்தார். கார்த்திக் அது வரை அறிந்திராத 'அத்தை'யை அப்போதுதான் பார்த்தான். சுபாவமாய் மிகவும் உற்சாகமானவர் என்றாலும், வெளியுலகில் சகட்டுமேனிக்கு எல்லோரிடமும் நட்பு பாராட்டும் அத்தை அவனுக்குப் புதிது.

'அத்த நீங்க பயங்கர பாப்புலர் போலிருக்கு...' என்று கலாய்த்தான் கார்த்திக். 'ஆமா, பின்ன இல்லையா? ஸீஸீ மெம்பரா இருக்கேனில்ல. வீடு மாறி போன பிற்பாடும், அப்பப்போ இங்கயெல்லாம் வருவேன்லா. எல்லா கடைக்காரங்களையும் நல்லா தெரியும். 'சார்ஸ்'போதுகூட கடையாட்கள் வந்து டெம்ப்ரேச்சர் பார்த்து, ஓகே ஸ்டிக்கர் ஒட்டிக்கணும்னு சொன்னாங்கல்ல. அப்போகூட அங்க இருந்த நர்ஸுக்கு நாந்தான் எடுபிடி. எல்லாரையும் அப்பயே ரொம்ப பழக்கம்...' என்று சொல்லிக்கொண்டே, 'இதோ இதுதான், நாஞ்சொன்ன கடை. இரு, ரெடியா எடுத்து வச்சிருக்காரான்னு பாக்கறேன்' என்று சொல்லிக்கொண்டே கடைக்குள் நுழைந்தவரிடம் சீனக் கிழவர் காத்திருந்தவரைப்போல் மூன்று பெரிய பைகளை நீட்டினார்.

'த்தோ ஷெள ஷெங்க்?' என்று தனக்குத் தெரிந்த சீனத்தில் அத்தை விலை கேட்க, கிழவர், 'துவா புளூ ரிங்கே' என்று மலாயில் சொல்லிக்கொண்டே இருபது வெள்ளியைப் பெற்றுக்கொண்டு மீண்டும் தான் உட்கார்ந்த இடத்தில் போய், தன் குருட்டு யோசனையை விட்ட இடத்தில் கால் நகம் வெட்டியபடி தொடர்ந்தார்.

'சொன்னேனில்ல, இவரோட பேத்திதான். அதுக்குதான் அந்தப் பையன் ஃப்ரீயாவே டியூஷன் சொல்லிக் கொடுக்கறான். ஃபீஸெல்லாம் மத்தவங்க கிட்டதான் வாங்குவான்' என்று சொல்லிக் கொண்டே அத்தை வெளியேற கார்த்திக் பின்தொடர்ந்தான்.

கார்த்திக் திடீரென்று தன் மனம் கனத்ததைப் போலுணர்ந்தான். அந்த அட்டைப் பெட்டிகளையெல்லாம் விற்றால் கிடைக்கக் கூடியது எத்தனை என்று அவன் மனம் கணக்கிட்டது. தந்தைக்கும் மகனுக்கும் செலவுகளைச் சமாளிக்க அது எப்படிப் போதும்? வாரயிறுதிகளில்

தொடக்கப் பள்ளி மாணவர்களுக்குத் துணைப்பாடம் சொல்லிக் கொடுத்துச் சம்பாதிக்கிறானாம் பேய் ஹுவேய்.

பேய் ஹுவேயைப் பற்றி நினைக்க நினைக்க பெருமிதமாய் இருந்தது. தன்னை நினைத்து கொஞ்சம் அவமானத்தோடு குற்றவுணர்வும் கொண்டான். கணினியின் வேகம் குறைந்துவிட்டது என்ற காரணத்திற்காக நச்சரித்து அப்பாவிடம் புதிதாய் வாங்கியது மனதை முதல் முறையாய் உறுத்தியது.

●

வெயில் மறைந்து, மழையின் வருகையைச் சொல்லும் குளிர்ந்த காற்று வீசியது. 'அத்த, நாம வேணா நடந்தே போவோமா...' என்றவனை ஒரு மாதிரி பார்த்தார் அத்தை. நெற்றியைத் தொட்டுப் பார்த்து, 'ஓடம்புக்கு ஒண்ணுமில்லயே... எதுக்கு கேக்கறேன்னா, எப்பவும் டாக்ஸி பிடிக்கச்சொல்ற பிள்ள நடப்போம்னா...' என்று கேலி செய்த அத்தையைப் பார்த்துச் சிரித்துக்கொண்டே, 'நிஜமாதான் சொல்றேன். நானே தூக்கிக்கறேன் எல்லாத்தையும், கொண்டாங்க...' என்றபடி மூன்று பைகளையும் வாங்கிக் கொண்டான்.

யீஷுன் ரிங் ரோட்டில் நடந்தவனின் பார்வையில், வெகு தூரத்தில் கட்டடங்களுக்கிடையே மெதுவாக நடந்து கொண்டிருந்த பேய் ஹுவேய் மற்றும் அவனின் அப்பா கண்ணில் பட்டார்கள். அதே வழியாகதான் நடக்க வேண்டும். வேகமாக நடந்தால் சீக்கிரமே அவர்களை எட்டிவிடலாம். நேருக்கு நேர் சந்திக்காமல் வேண்டுமானால் போகலாம். ஆனால், கார்த்திக்கைப் பார்த்தால், பாவம் பேய் ஹுவேய் சங்கடப்படலாம். தான் அவனுடைய அந்தரங்கத்தில் நுழைந்துவிட்டதாய் உணரும் ஒரு தர்மசங்கடத்தை அவனுக்குக் கொடுக்கக் கூடாது என்று முடிவு செய்தான்.

ஆறு வருடம் ஒரே பள்ளியில் படித்த இர்ஃபானுக்குக்கூட தெரியாத விஷயம். ஒரு வேளை தெரியுமோ? ஆனால், தெரிந்திருந்தால்தான் நிச்சயம் சொல்லியிருப்பானே.

அவன் மனம் மாறியது. ஓஸீபீஸி வங்கியின் அருகிலிருந்த பேருந்து நிறுத்தத்தை நோக்கி வேகமாக நடந்தான். 'அத்த, அதோ ஃபீடர் பஸ் வருதே... அதுல போய்டுவோம், ம், சீக்ரம் வாங்க...' என்று சொல்லிக்கொண்டே ஓடிச் சென்று ஏறிவிட்டான். 'அதானே பார்த்தேன், திருந்திட்டியோன்னு பயந்துட்டேன்...' பின்னாலேயே ஏறிய அத்தை செய்த கேலியைச் சிரித்துக்கொண்டே ஏற்றான்.

‘அத்த, என்னோட பழைய கம்ப்யூட்டர் சும்மாதானே இருக்கு கெஸ்ட் ரூம்ல. பேசாம அத பேய் ஹூவேய்க்கு கொடுத்துடலாமா… அதுக்கு நீங்கதான் சரியான ஆளு. ம்… என்னோடதுன்னு தெரியக் கூடாது. அப்பறம், நா ப்ரவீணுக்கு வாரத்துல ஒரு நாள் பாடம் சொல்லித் தரேன். இன்னிக்கே ஆரம்பிக்கறேன், வந்திருப்பான்ல?’ என்றவனை ஆவென்று பார்த்து, ‘சாமி, ஒரே நாள்ள இவ்வளவு திருந்தினா தாங்காதுடா பூமி…’ என்றபோது கார்த்திக் சிரிக்கவில்லை.

‘ட்யூஷன் ஃபீஸ் கேப்பியே…’ என்று கலாய்த்ததும், ‘வேண்டாம்’ என்று முதலில் சொல்ல நினைத்து சட்டென்று, ‘ம்… அதுவும் பேய் ஹூவேய்க்குதான். மாசா மாசம் அவனோட ஈஸிலிங்க் கார்ட ‘டாப் அப்’ பண்ணிக் கொடுத்துடுங்க அத்த. ஆனா, எதுவுமே யாருக்குமே தெரியக்கூடாது…’ என்றான் தீர்மானத்துடன்.

‘ஐயய்யோ… என்னோட ஒரே பிள்ளைய வெயில் நேரத்துல எங்க கூட்டிட்டுப் போன, எதப் பார்த்து பயந்தான்னு எங்கண்ணன் என்ன ஏசத்தான் போறாரு… இதையெல்லாம் கேட்டா, லீவு போட்டுட்டு, காடிய கௌப்பிகிட்டு இப்பவே வந்தாலும் வந்துடுவாரு…’ என்று அத்தை படுசீரியஸாய் முகத்தை வைத்துக்கொண்டே ஜோக்கடித்தார்.

தன் தீர்மானங்களுக்குச் சீக்கிரமே செயல் வடிவம் கொடுத்து கிடைக்கப் போகும் ஆத்ம திருப்தியின் அடையாளங்களை உணரத் தொடங்கிவிட்டிருந்தான் கார்த்திக்.

www.ingramcontent.com/pod-product-compliance
Lightning Source LLC
LaVergne TN
LVHW040746051026
849519LV00007BA/2466